மசூதிப் புறா

மசூதிப் புறா

(தெலுங்குச் சிறுகதைகள்)

தமிழில்:

ராஜேஸ்வரி கோதண்டம்

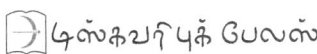

டிஸ்கவரி புக் பேலஸ்

கே.கே.நகர் மேற்கு, சென்னை - 600 078.

(பாண்டிச்சேரி கெஸ்ட் ஹவுஸ் அருகில்)

Ph: 044 - 4855 7525 Mobile: +91 87545 07070

மசூதிப் புறா (தெலுங்குச் சிறுகதைகள்)
தமிழில்: **ராஜேஸ்வரி கோதண்டம்**©

Masuthi Pura (Poems)
Author: **Rajeswari kothandam**©

First Edition: Jan - 2019
Pages: 144 - ISBN: 978-93-86555-73-1

Published by :

Discovery Book Palace (P) Ltd,
6, Mahaveer Complex, Munusamy Salai,
K.K.Nagar West, Chennai-600 078.
Ph: +91 44 48557525
Mobile: +91 87545 07070

E-mail: discoverybookpalace@gmail.com,
Website: www.discoverybookpalace.com

Rs. 150

இந்த நூலில் பிரசுரமாகியுள்ள எந்த ஒரு பகுதியையும் பதிப்பாளரின் எழுத்துபூர்வமான முன்அனுமதி பெறாமல் எடுத்தாள்வதோ, மறுபிரசுரம் செய்வதோ, மொழியாக்கம் செய்வதோ, அச்சு மற்றும் மின்னணு ஊடகங்களில் மறுபதிப்பு செய்வதோ, காப்புரிமை சட்டப்படி தடை செய்யப்பட்டுள்ளது. இந்த நூலிலிருந்து குறிப்பிட்ட பகுதிகளை மேற்கோள்காட்டி புத்தக விமர்சனம் செய்ய, ஊடகங்களுக்கு மட்டும் அனுமதி உண்டு.

உங்கள் மொபைல் போனிலிருந்து ஸ்கேன் செய்து டிஸ்கவரி புக் பேலஸின் மொபைல் ஆப்பை டவுன்லோடு செய்து, புத்தகங்களை வாங்குங்கள்.

என்னுரை

நாம் இம்மண்ணில் பிறப்பதற்கு முன்னரே நமக்காக காத்திருந்தன கதைகள். அறியாப் பருவத்தில் அடம்பிடித்துக் கேட்ட கதைகள், அறியும் நாட்களில் படித்தும், சுவைத்தும், இன்புற்றும், துன்புற்றும் கதைகளோடு இணைந்து நம்மைநாமே மறந்து ஒன்றிவிட்ட நாட்கள் பல. நம் உள்ளத்தில் நீங்கா இடம்பெற்றவையும், முள்ளாய் தைத்து வலி ஏற்படுத்தியவை என்றும் இன்றும் பல கதைகள் இருக்கத்தான் செய்கின்றன.

சில கதைகள் நம் வாழ்க்கையை படம்பிடித்துக் காட்டுபவை போலவே படும். மனித வாழ்க்கைதானே இலக்கியங்களுக்கு ஆதார ஸ்ருதி. நல்ல கதைகள் மனதிற்கு தெம்பையும் மகிழ்ச்சியையும் நிம்மதியையும் அளிப்பதோடு சரியான இலக்கை நோக்கியும் நம்மை அழைத்துச் செல்லும்.

'செப்பு மொழி பதினெட்டு உடையாள் எனில் சிந்தனை ஒன்று உடையாள்'' என்ற பாரதியின் வரிகளுக்கேற்ப பலமொழிகளைப் பேசும் மக்களைக்கொண்டது நம் பாரதம். 'எங்க ஊரு மகா வைத்தியரு' என்ற தெலுங்கு மொழிச் சிறுகதை தொகுப்பை வாசிக்கையில், இதை தமிழாக்கம் செய்யவேண்டும் என்று நினைத்தேன். இத்தொகுப்பில் இடம்பெற்றுள்ள பத்து கதைகளின் வழியாகஸ் அது இப்போது நிறைவேறியிருக்கிறது. இதன்மூலம் நான் உணர்ந்த தெலுங்கு மக்களின் வாழ்க்கைமுறைகள், பழக்கவழக்கங்கள், வாழ்வின் தேடல்கள், காதல், வறுமை, கலாச்சாரம், மேல்தட்டுமக்களால் அரசாங்க அதிகாரிகளால் ஏற்படும் துன்பங்கள், எதிர்பார்ப்புகள் என அனைத்து உணர்வு நிலைகளும் தமிழ் மக்களுக்கு கடத்தி உள்ளேன். தெலுங்கில் படித்து ரசித்த அற்புதமான கதைகள் வாசகர்களாகிய உங்களுக்கும் பிடிக்கும் என்பதில் சந்தேகம் இல்லை. ஒவ்வொரு கதையும் ஒவ்வொரு விதமான சுவையுடன் வாய்விட்டு சிரிக்கவும் சிந்திக்கவும் செய்தன. சில கதைகள் கண்ணீரையும் வரவழைத்தன. நன்றாக வாழ்ந்து, வறுமை வந்தபோதும் கடைசிவரை தன்மானத்துடன் வாழும் மனிதர்களும் இம்மண்ணில் இருக்கத்தான் செய்கிறார்கள் என்பதை 'நல்லவன்' என்ற கதை உணர்த்துகிறது.

வாழ்வு வரம்! எழுத்து தவம்! நூலாக வெளிவருவது யாகம் என்றே சொல்லலாம். இந்நுலை வெளிகொணர்ந்த டிஸ்கவரி புக் பேலஸ் திரு. மு.வேடியப்பன் அவர்கள் மேன்மேலும் உயர்ந்து நல்ல புத்தகங்களை வெளியீட்டு ஆரோக்கியமாய் வாழ பிராத்திக்கிறேன்.

ராஜேஸ்வரி கோதண்டம்
30.12.2018

உள்ளே

எங்க ஊரு மகா வைத்தியரு	9
மசூதிப் புறா	33
தாய்ப் பால்	44
என்றென்றும்	55
ஆடு புலி ஆட்டம்	66
எறும்புகள்	80
கண்ணாடி	91
நல்லவன்	99
நானும் அவரும்	112
பெருநாள் பிறை	127

எங்க ஊரு மகா வைத்தியரு

ஜி. ஆர். மகரிஷி

“ராமு...” என்றவாறு சூரய்யா மாமா வந்தார்.

“என்ன சங்கதி?” என்று கேட்டேன்.

“முள்ளு குத்தியிருக்குடா, வலிச்சிக்கிட்டேயிருக்கு” என்று காலைக் காட்டினார், கட்டியிருந்த சலத்தை எடுத்துவிட்டு கட்டுப் போட்டேன்.

“முள்ளு புதர்கள் பக்கமா போகும்போது கொஞ்சம் ஜாக்கிரதையா இரு” என்றேன்.

“முள்ளு, புதர், செடி, மரம்னு வெட்டிட்டு வந்து நாம வித்து பொழக்கணும்னு இருக்குறப்போ முள்ளு குத்தாமயிருக்குமா?” என்று சொல்லிச் சிரித்தார்.

சூரய்யா மாமாவுக்குச் சொந்தமா நெலம்னு கிடையாது. விறகு வெட்டி விக்கிறது கூலி வேலைக்குப் போவதுமே வாழ்க்கைக்கு ஆதாரமாயிருந்தது.

“அடேய்... அதை காதுல வச்சிகிட்டு கொஞ்சம் ஒடம்பெ பாருடா” என்று ஸ்டெதஸ்கோப்பை சுட்டிக் காட்டினார்.

ஸ்டெதஸ்கோப்பில் சில நிமிடங்கள் மாமாவின் இதயத்துடிப்பை கேட்டேன். பரவாயில்லை உறுதியான இதயந்தான்!

“ஒன்றுமேயில்லை” என்று திருப்தியுடன் சொன்னேன்.

பனியன் ஜேபிற்குள் கையைவிட்டுத் துழாவினார்.

மாமாவிடம் பணம் இருக்காது என்பது எனக்கு நன்றாகவே தெரியும் "ஒன்னுந் தர வேண்டாம்" என்றேன்.

"சரி வர்றேன்" என்றவாறு எழுந்தவர் கதவுவரைக்கும் சென்று மறுபடியும் திரும்பி வந்தார்.

"அடேய், எனக்குத் தெரியாமதான் கேக்குறேன், நாலாவிதமான கஷ்டங்களையெல்லாம் பட்டு டாக்டருக்குப் படிச்சவன், எதுக்காக இந்த ஊர்லயிருந்துகிட்டு வைத்தியம் பார்க்குறே?" என்று கேட்டார்.

சிரித்துவிட்டு மௌனமானேன்.

"இப்போ உங்க கொண்டய்யா தாத்தா மட்டும் உசிரோடயிருந்திருந்தா உன்னெ பாத்து பூரிச்சிப் போயிடுவாரு" எனச்சொல்லி சென்றுவிட்டார்.

என்னுள் என்னென்னவோ நினைவுகள் அலைகளாக மோதி இதயத்தை ஈரப்படுத்தின.

கொண்டய்யா தாத்தா, எங்க ஊரின் மாபெரும் வைத்தியர்!

***

எங்க ஊரிலிலுள்ள ரொம்பப்பேருக்கு தாத்தாவின் மேல் அசாத்தியமான நம்பிக்கை. அதைத்தவிர வேறு வழியும் கிடையாதுதான். டாக்டரிடம் செல்ல வேண்டுமென்றால் வண்டி கட்டிக்கொண்டு இரண்டு மைல் சென்றால் தார் ரோடு வரும். அங்கே உட்கார்ந்து காத்திருந்தால் வசதியைப் பொறுத்து ஏதோ ஒரு பஸ் வரும். அதில் ஏறி தாடிபத்ரிக்குச் சென்று டாக்டரைப் பார்க்கவேண்டும். இதெல்லாம் செலவுக்கு வைத்த வேலை. அதனால்தான் பெருசா நோய் வந்தாலே தவிர தார் ரோடுக்கு வண்டியை ஏற்பாடு செய்ய மாட்டார்கள்.

தாத்தாவிடம் ஒரு பூதக்கண்ணாடி இருந்தது. பத்திரமாக பனியன் ஜேபிற்குள் ஒளித்து வைத்துக்கொள்வார். பீடிக்கு தீப்பெட்டி செலவு ஏன்? என்று அதைப் பூதக்கண்ணாடியாலேயே பற்றவைத்து விடுவார். பீடியிலிருந்து கொஞ்சம் கொஞ்சமாக புகை வருவதை குழந்தைகள் எல்லோரும் ஆச்சரியத்துடன் பார்த்துக்கொண்டிருப்போம்.

அது பெரிய மாயாஜாலம்போலத் தோன்றும். தாத்தா மந்திரவாதியைப்போல சிரித்து பீடியை வாயில் வைத்து இழுத்து குப்பென்று புகையை வெளியே விட்டு தன் மந்திரக்கோலை பாதுகாப்பாக பனியன் ஜேபுக்குள் பத்திரப்படுத்திக் கொள்வார்.

தாத்தாவுக்கு எழுபது வயது. ஒல்லியான உடல்வாகு. மீசை மட்டும் பலே பெரிதாக கன்னங்கரேலென்று அடர்த்தியாய் இருக்கும். வரிந்து கட்டிய வேஷ்டியும் பனியனுமாய் தோளில் துண்டுடன் காட்சியளிப்பார். நான் சிறுவனாகயிருக்கும் போதிலிருந்தே தாத்தாவுடன் நல்ல நெருக்கம். எங்க வீட்டின் பக்கத்திலேயே சிறிய (குடிசை) கொட்டகையில் இருப்பார்.

அது வெயிலடித்தால் உரைக்கும். மழை வந்தால் ஒழுகும். வைத்தியத்தில் தாத்தாவுக்கு நான் அசிஸ்டெண்ட். எப்போதாவது எனக்கு உடல் நலமில்லாவிட்டால் நல்ல நல்ல பச்சிலைச் சாறுகளைத் தருவார்.

***

எங்களுடைய ஊர் மிகவும் மோசமானது. மனிதர்களெல்லோரும் காய்ந்த பாயைப்போல இருப்பார்கள். உச்சி வெயில்ல யாராவது வீட்டுக்கு வந்து ஒரு வாய் சாப்பாடு கேட்டு, தாகத்துக்குத் தண்ணி கேட்டாக்கூட தயக்கங் காட்டுவாங்க. அரிசி இரண்டு ரூபாய்க்கு வரும் வரைக்கும் பண்டிகைகள் கொண்டாடுவார்கள். அதன் பிறகு கர்ம காரியங்கள் செய்யும் நாட்களில் மட்டுமே அரிசி சாதம். சோளரொட்டி, சோளச் சோறு கேப்பைக் களி, கம்பஞ் சோறு இவைதான் எங்களுக்கு பெரிய பேறு. இனி மாமிசத்தைப் பற்றியெல்லாம் சொல்லவே அவசியப்படாது.

எங்க அனந்தபுரம் ஜில்லாவே பஞ்சத்துக்குப் பொறந்தது. அதுலயும் அந்த ஜில்லாவிலேயே எங்க ஊர் பஞ்சத்துக்கு பேர் போனது. தவளைங்களுக்கு கல்யாணம் செய்தாலும் விராட பர்வத்திற்கும் மழைத் தூறல் விழும்! நான் பிறப்பதற்கு முன்னால் மூணு வருசம் சேர்ந்தாப்புல பஞ்சம் இருந்ததாம்.

நிலவு பொழியும் இரவுகளில் எல்லோரும் சாப்பிட்டுவிட்டு எங்க வீட்டுக்கு எதிரிலுள்ள வேப்பமரத்தடியில் உட்கார்ந்திருபோம். அப்போதெல்லாம் எங்க ஊருக்கு மின்சாரம் வரவில்லை. “அம்மி. அந்த புட்டியை அணைச்சிடு. ஊசி விழுந்தாலும் தேடி எடுத்துடறாப்புல நிலா வெளிச்சம் இருக்குறப்போ அது எதுக்கு? நாத்தம் புடிச்ச எண்ணெ வெலயும் ஜாஸ்தி” என என் அம்மாவிடம் தாத்தா சொல்வார்.

“பெரிய நயினா! நீங்க பஞ்சத்துக்கு பட்டம் கட்டுறவராச்சே” என்று நக்கலா பேசுவா எங்க அம்மா. “புளியம்பழம் பொறுக்கப்போனவ புதுப் பணக்காரியாயிட்டதும் இது என்ன காயி, இப்பிடி வளைஞ்சி நெளிஞ்சி கெடக்குன்னாளாம். ஒனக்கு சொத்தும் வந்து சேரலே. பின்னே எதுக்கு ஒனக்கு அவ்வளவு

ஜம்பமும் கத்தலும்? ஆம்புளெ தூசி தின்னு, மண்ணெ தின்னு கொண்டாந்து கொடுத்திட்டிருந்தா, ஒனக்கென்ன புட்டியை பகல்ல கூட எரியவிடுவே" என்று தாத்தா சொல்வார்.

"ஆமாமா, ஆம்புளெ தூசியைத் தின்னுகிட்டு இருக்காரு. நானு ராணியாட்டமா வெள்ள வெளேருன்னு இருக்குற சோத்துல நெய்யை ஊத்திகிட்டு பிசைஞ்சி தின்னுகிட்டிருக்கேன். எரும மாட்டுச் சாணியையும், மூத்திரத்தையும் நீங்களா எடுத்துப் போட்டுட்டிருக்கீங்க தெனமும்?"

"அடப்பாவமே, நாங்க படுற கஷ்டமா நீங்க படுறீங்க?" ஞாபகங்களைத் தோண்டியெடுத்து வெளிக்கொணருவார் தாத்தா.

வெற்றிலையை மென்றுகொண்டே கம்பீரமாக, பீடியை தம்மிழுத்துவிட்டு ஆரம்பித்துவிடுவார்.

எருமைகள் சோளத்தட்டைகளை கடித்து மென்று தின்னும் சப்தம் கேட்டுக்கொண்டிருக்கும். தெருநாய்கூட காதுகளை விறைப்பாகத் தீட்டிக்கொண்டு தாத்தா சொல்லும் செய்திகளை ஆவலுடன் கேட்டுக்கொண்டிருக்கும். நா பொறந்து புத்தி தெரிஞ்ச நாள்லருந்து நம்ம ஊர்ல யாரு களஞ்சியத்துலயும் தானியங்கள் நெறஞ்சிருந்ததா தெரியல. ஒரு தடவெ வந்த பஞ்சம் மூணு வருஷம் இழுத்தடிச்சது. அப்படிப்பட்ட பஞ்சம், ஏழேழு ஜென்மத்துக்கும் வேண்டவே வேண்டாம்டா சாமி.

அப்போது நானு நல்ல பிராயத்துல இருந்தேன். கழுதெ ஒதச்சாலும் ஒதச்சது. அத ஊரையே நாசம் செஞ்ச பஞ்சம்னு சொன்னேனில்லையா! நாலு தானியங்க தென்பட்டதா பிராணம் நாக்குமேல வந்து நிக்கும். பக்கத்து வீட்ல திருகை சப்தம் கேட்டுட்டா இந்த வீட்ல இருக்குறவங்களால தாங்க முடியாது. சோளரொட்டி சுடுற வாசனை வந்துட்டா போதும், அந்த வீட்டுகிட்ட போயி ஏதோ வேலயிருக்கறாப்புல இங்குட்டுமங்குட்டுமா அலஞ்சிட்டிருப்பாங்க. மரியாதைக்காவது கொஞ்சம் பிச்சி தரமாட்டாங்களான்னு ஆசை. அவங்க அடுப்பெ அணைச்சிட்டு, ரொட்டிகளை ஒளிச்சி வச்சிட்டு ஒண்ணுந்தெரியாத மாதிரி இருந்துடுவாங்க.

கவர்மென்ட்டுகாரங்க கஞ்சித்தொட்டிகளெ அங்கெ வைக்கிறாங்க, இங்கெ வெக்கிறாங்கன்னு சொல்லிட்டிருப்பாங்க. நம்ம ஊர்ல எப்பவுமே வெச்சதில்லே. ஊர்ல எப்பவுமே வேலையில்லை. தீனியில்ல, தர்மாபுரம் திக்குல ரோடு வேலை கெடைக்குதுன்னு ஊர்ல கொஞ்சம் பேரு போனாங்க.

போனவங்கள்லாம் போன மாதிரியே திரும்பி வந்துட்டாங்க. தர்மாபுரம்காரங்களுக்கே திக்கில்லையாம் – இனி, காளைகளோட கஷ்டம் கடவுளுக்குத்தான் தெரியும்! அதுங்க கதறல கேட்டாலே கண்ணு கலங்கிடும். சிலபேரு வந்த வெலைக்கு வித்துக்கிட்டிருந்தாங்க.

நா மட்டும் என் காளைகளை விக்கவேல்லே.

இப்படி வாயிக்கும் வவுத்துக்கும் கண்ணுலபட்ட பொருளையெல்லாம் வித்துட்டிருந்த சமயத்துல தாடிபத்ரியிலிருந்து ஒரு மனுஷன் வந்தாரு. "பல்லாரியில் கருப்பு கல்லுகளுக்கு ரொம்ப கிராக்கி தற்சமயத்துலன்னு சொல்லிட்டுப் போயிட்டாரு. அவரு பேச்சை நம்பி ஊரிலுள்ள வயசுப் பையன்களெல்லாம் வண்டிகளெ கட்டிகிட்டு ஓடுனாங்க. நம்ம தாடிபத்ரியில கருப்பு மலைகள் அதிகமிருக்குல்லே. அங்க மலைகளை வெட்டி கருப்பு கல்லுகளை வண்டியில ஏத்திகிட்டு பல்லாரிக்கு ஓடுனாங்க.

பல்லாரின்னா பக்கத்து ஊரா என்ன? கிட்டத்தட்ட நூறு மைலு முன்னங்காலாலையும் பின்னங்காலாலையும் குதிச்சி தாண்டுறமாதிரி போய் சேர்ந்தா, அங்க பாதி கன்னடம், பாதி தெலுங்கு பேசறாங்க, கேப்பை களிகளையும், சோள ரொட்டிகளையும் பொட்டலம் கட்டி எடுத்துக்கிட்டு வண்டிகளை ஓட்டிகிட்டு வந்தோம். இன்னக்கி காலையில கோழி கூவுறப்போ தாடிபத்ரியிலிருந்து கௌம்புனா மறுநாள் கோழி கூவுற டயத்துக்கு பல்லாரி. வழியில காளைகளோட கஷ்டத்தை பார்க்கச் சகிக்காது. அதுங்களுக்கு வயிறு நெறய மேய்ச்சலை எங்கிருந்து கொண்டாறது? சாட்டையால அடி விழுந்தாத்தான் அதுக முன்னால போகும். எப்படியோ ஒரு வழியா பல்லாரி வந்துட்டோம்."

பல்லாரியில எங்க பைத்தியக்கார முகங்களைப் பார்த்ததும் ஒரு ரூபா சொத்தை நாலாணாவுக்கு கேட்டாங்க. பல்லாரியில கருங்கல்லுகளுக்கு பலே கிராக்கின்னு சொன்ன தாடிபத்ரி பெரிய மனுசன் மட்டும் அப்போ தென்பட்டிருந்தா காளைகளை அவுத்திட்டு அவனை வண்டியில கட்டி மாட்டுக்குப்பதிலா இழுத்துட்டு வந்திருப்போம்.

இதுக்குள்ள ஒரு மனுசர் எங்க பக்கத்துல வந்து "எந்த ஊரு நம்மது" ன்னு கேட்டாரு.

சொன்னோம். அவரு எங்கமேல அபிமானத்தோட, "நானுகூட உங்க பக்கத்துக்காரன்தான்டோய், தாடிபத்ரி பக்கத்துல முச்சுகோட என்னுது" என்றார்.

“அய்யோ பைத்தியக்காரப் பசங்களா! பாறைகளை உடைச்சிட்டு வந்து பணத்தை மூட்டை கட்டிட்டுப் போகலாமுன்னு வந்தீங்களா? உலகம் முழுவதுமே வியாபாரமயந்தாண்டா. வாங்க நா வித்து தாரேன். ஆனா ரூபாய்க்கு இவ்வளவு கமிஷன்” என்று உண்மைச் செய்தியை உடைத்தார் அந்தப் பெரிய மனிதர்.

“சரிதான். நாம நெனச்சது நடக்கலேன்னாலும் கெடச்ச அளவுக்கு கோவிந்தா! என நினைத்து அவரு பின்னாலயே போனோம். அவரு ஒரு ஆசாமிகிட்ட கூட்டிட்டுப்போயி ரேட்டுப் பேசி கணக்குச் சொன்னாரு. அவ்வளவு அநியாய வியாபாரமா தோணலே. கூலிக்கு கட்டுபடியானா சரி. வீட்டுல சோறு இல்லாம சாவுறத காட்டிலும் ஏதோ ஒரு வேலை செஞ்சி பொழக்கிறது நல்லதுதானே!”

அப்படி பல்லாரிக்கு அஞ்சாரு தடவெ போனோம். ஒரு தடவை பல்லாரியிலிருந்து திரும்பி வரும்போது நெஞ்சுல பெரிய இடியே விழுந்திருச்சி. வீட்டுக்காரி வாந்தி பேதியில செத்துப்போயிட்டா, பஞ்சம், மழையேயில்லே. மனுசங்களுக்கு ஒரே கொள்ளை நோய் நொடின்னு துன்பப்பட்டாங்க. செத்ததும் சவத்தெ வீட்ல வச்சிக்கிடுறது கெடையாது. நா வந்து சேர்றதுக்குள்ள எல்லாமே முடிஞ்சுபோச்சி. எங்க மாணாம்பாரி நெலத்துலருக்குற மண்ணெ காட்டி, “இங்கதான் ஒம் பொண்டாட்டி இருக்குறா”ன்னு ஊருக்காரங்க சொன்னாங்க.

தாத்தா சொல்வதை நிறுத்திவிட்டு, ஆறிப்போன பீடியை பற்றவைத்துகொண்டு தம் இழுத்துவிட்டு மௌனமாகி விட்டிருந்தார். நிலவு வெளிச்சத்தில் தாத்தா முகத்திலுள்ள சுருக்கங்கள், கோடுகள் பாளம் பாளமாக வெடிப்புகளுடன் கூடிய நிலத்தை நினைவுபடுத்தியது. அந்தச் சுருக்கங்களில் எத்தனையோ துன்பக் கதைகள் மறைந்திருக்கின்றன.

தாத்தா மீண்டும் கல்யாணம் செய்துகொள்ளவில்லை. மகன் சங்கரன்தான் உலகம். தான் தின்றால் விஷம், மகன் தின்றால் அமிர்தமென நினைத்து வளர்த்தார்.

சங்கரனுக்குப் படிப்பு ஏறவில்லை. கல்யாணமானது. நான்கு குழந்தைகள் பிறந்தனர். தாத்தாவுக்கு நான்கு ஏக்கர் நிலம் இருந்தது. விளைச்சல் சம்பந்தமாக தெரிந்ததுதான். தாத்தா, சங்கரன், சங்கரன் மனைவி மூன்றுபேரும் என்னதான் சிரமப்பட்டு உழைத்தாலும் பாதி வயிற்றைத்தான் நிரப்ப முடிந்தது.

ஒருநாள் சங்கரனோட மச்சான் வந்து, “என்ன மச்சான், எதுக்கு இந்த மாதிரி கஷ்டப்படுறீங்க? கட்டாந்தரையை எத்தனை வருஷம்

உழுதாலும் நல்ல விளைச்சலைத் தரப்போவுதா? கோயமுத்தூர் மில்லுல வேண்டிய மட்டும் வேலை கெடைக்குதாம். நம்ம ஊர்க்காரங்க அங்க இருக்காக. உழைச்சி சம்பாதிக்கிறதுக்கு எந்த எடமாயிருந்தா என்ன? வாங்க போகலாம்" என்று மூளையில் உசுப்பேற்றிவிட்டான்.

சங்கரனுக்கு மூளை வேலை செய்தது. மனைவி மக்களோடு கோயம்புத்தூருக்குப் புறப்பட்டான். இது தெரிந்ததும் தாத்தா அப்படியே அதிர்ந்து போய்விட்டார்.

"அடேய் சங்கரா! பொறந்த ஊர விட்டுப் போகக்கூடாதுடா. நமக்கென்ன குறை? இந்தத் தடவெ வெளச்சல் இல்லேன்னா அடுத்த தடவெ வெளஞ்சிட்டுப்போவுது. நம்ம பேச்சு இல்லே. நம்ம மனுஷங்க இல்லே. அடுத்த நாட்டுல தங்கமா கெடச்சாலும் நமக்கு வேண்டான்டா" என்று கிளிப்பிள்ளைக்குச் சொல்வதைப்போல எடுத்துச்சொன்னார்.

"என்ன நாயினா நீ சொல்றே? சோறுயிருந்தா கட்டிக்கத் துணி இல்லே. போத்திக்கயிருந்தா விரிச்சி படுக்க இல்லே. நாலுவகை காய்கறிகளோட வயித்துக்குச் சாப்பிட்டு எம்புட்டு நாளாச்சி சொல்லு? இங்கே எத்தனை வருஷம் இருந்தாலும் இதே சோறு, இதே துணை, இதுதான் கெடைக்கும். இந்த வாழ்க்கை எனக்கு வேண்டாம் நயினா. போயிருவோம் வா. நல்லா உழைச்சி பொழைக்கணுமுன்னா எங்கிருந்தாத்தான் என்ன?"

சங்கரன் பிடிவாதமாக இருந்தான்.

"அப்பிடின்னா நீ போடா சங்கரா. அந்த அடுத்தவன் சோறு எனக்கு வேண்டாம். நா இங்கேயே இருந்துகிடுறேன்" என்று சொல்லிவிட்டார் தாத்தா.

ஊரிலுள்ளவர்களெல்லோரும் எவ்வளவோ எடுத்துச் சொன்னார்கள். இந்த வயசுல இருந்த ஊரைவிட்டு அந்த நாட்டுக்குப்போயி நானு என்ன வேலையெ செய்யப்போறனே? பூமிக்கு பாரமானாலும் பரவாயில்லே. புள்ளைங்களுக்கு பாரமாகக் கூடாது. அப்படியே நான் போயிட்டாலும் உங்க எல்லாத்துக்கும் வைத்தியம் எவன்டா பாப்பான்? என்றார் தாத்தா.

சங்கரன் ஊரைவிட்டுப் புறப்படும் நாள் வந்தது.

அன்று முழுவதும் தாத்தா ஒன்றுமே பேசாமல் மௌனமாக இருந்தார்.

தார் ரோட்டிற்கு வண்டி புறப்பட்டது. கடைசிப்பேரனை தோள் மேல் ஏற்றிக்கொண்டு தாத்தா புறப்பட்டார். நானும் கூட

ரோடு வரைக்கும் சென்றேன். அரைகிலோ மீட்டர் தூரத்தில் பஸ் வருவது தெரிந்தது. அதைப் பார்த்ததும் தாத்தா ஒரேயடியாய் அழத் தொடங்கினார். சங்கரனும் அவனுடைய மனைவியும்கூட அழுதார்கள்.

பிள்ளைகள் மட்டும் பஸ்ஸில் ஏறும் உற்சாகத்தில் இருந்தார்கள். பஸ் புறப்படும் நேரத்தில் தன் கடைசிப் பேரனை நெஞ்சோடு அணைத்துக்கொண்டு, “வைத்தியத்துல என்னைப்போல உருவாக்கணுமுன்னு நெனச்சேன், கொடுப்பினை இல்லே” என்று கூறி கண்களைத் துடைத்துக்கொண்டார்.

அப்போது போன சங்கரன் மறுபடியும் ஒரு வருடம் சென்றபின் திரும்பி வந்தான். பணத்தை கொடுத்தா வேலையை பெர்மனென்ட் செய்து விடுவார்களென்று சொல்லி நிலத்தையும், வீட்டையும் விற்று விட்டான். தாத்தாவுக்கு ஒரு சின்ன குடிசையும் ஒட்டிப்போன எருமையும் மிஞ்சியது.

அந்த எருமையென்றால் தாத்தாவுக்கு அப்படியொரு பிடிப்பு. காலையிலெழுந்து அதன் சாணியைச் கழூவி சுத்தப்படுத்தி மேய்ச்சலுக்கு கூட்டிச்செல்வார்.

“ஒட்டிப்போன எருமைக்கு மேய்ச்சல் ஒரு கேடா. வித்துத் தொலை” என்று யாராவது சொன்னால், “இத்தன நாளு அது தந்த பாலைக் குடிச்சிட்டு இப்போ மார்புல குத்துறதா? தாய் கெழவியாயிட்டாள்னா கொன்னுபோட்டுடுவோமா?” என்று திட்டுவார் தாத்தா.

ஒரு நாள் தாத்தா வீட்டில் இல்லை. எருமைக்கு என்ன வந்ததோ தெரியவில்லை. கொஞ்சநேரம் கிறுகிறுவென்று சுழன்று கீழே விழுந்து துடி துடித்து இறந்துவிட்டது.

தாத்தா வந்து பார்த்துவிட்டு கண்ணீர் நிரம்பிய கண்களுடன், “இந்த எருமை எவ்வளவு மோசக்கார எருமைடா. நா வீட்ல இல்லாத சமயமா பாத்து செத்துப் போயிருச்சி. நா மட்டும் இருந்திருந்தா ஏதோ ஒரு பச்சிலையை குடிக்க வச்சி பொழக்க வச்சிருப்பேன்” என்று வருத்தப்பட்டார்.

புண்பட்ட தாத்தாவின் வாழ்வில் வைத்தியம் ஒரு உயிர்காக்கும் மூலிகையைப்போல.

***

எங்க ஊர் சங்கதியெல்லாம் முன்னரே சொல்லிவிட்டேன். பயிர்கள் விளையாமல் பசியும் பட்டினியுமாய் செத்துக்கொண்டிருந்தாலும் அடிதடி, சண்டைகளுக்கெல்லாம்

குறைச்சலில்லை. சண்டையிட்டுக் கொண்டால் இழப்பதற்கு என்ன இருக்கிறது. ஆஸ்தியா பாஸ்தியா? (சொத்து பத்து).

ஊருக்குள் பாதி சண்டைக்குக் காரணம் தண்ணீர். ஊருக்கெல்லாம் குடி தண்ணீருக்காக ஒரேயொரு கிணறுதான். வாழ்விலேற்பட்ட பொறுமையையும், சலிப்பையும் கிணற்றடியில் ஏற்படும் சண்டையில் வெளிப்படுத்தி விடுவார்கள்.

"ஏத்தா வீட்ல கொழந்தையெ தொட்டிலுல போட்டு வந்திருக்கே. அழுதுரும் பசிக்குதுன்னு. ஒரு கொடம் எறச்சிக்கிடுதேன் கொஞ்சம் தள்ளூறயா" என்பாள் ஒருத்தி.

"உனக்கொருத்திக்குத்தான் கொழந்தையிருக்குன்னு நெனச்சிக்காதே, எங்களுக்கும் இருக்காக. நாங்களும் போகணும்" என்பாள் மற்றொருத்தி.

"நான் வந்து ரொம்ப நேரமாயிடுச்சி. நீங்களே எறச்சிட்டிருந்தா நாங்க எப்ப எறைக்கிறது. எங்களுக்கும் குடும்பம் குட்டின்னு இல்லையா?"

"இந்தம்மா பெரிய பட்டத்து ராணி வந்துட்டான்னு தண்ணியெ குடுத்துடுங்கடி"

இந்த விதமாகப் பெணகள் யுத்தத்தை ஆரம்பிக்க, ஆண்களின் சண்டை மண்டைகள் உடைவதில் வந்து நிற்கும்.

எனக்கு அப்போது பத்து வயதிருக்கும். கிணறு முழுவதுமாக வறண்டுவிட்டிருந்தது. போர் போடுவது உருவானது. காலத்தின் மாறுதலுக்கேற்ப சண்டைகளின் முறையும் மாறிவிட்டது. கம்புகளுக்குப் பதில் பாம்கள்.

எங்கள் ஊரில் ஒரு சாயுபு இருந்து வந்தார். அவருக்கு ஆறு குழந்தைகள். ஒரு சென்டு நிலம்கூட இல்லை. சில சமயங்களில் எண்ணெய் டப்பாவை தலையில் வைத்துக்கொண்டு ஊர் ஊராக அலைந்து விற்றுக்கொண்டிருப்பார். இன்னும் சில நாட்கள் தரகு வேலை பார்த்துக்கொண்டிருப்பார். ஒருசமயம், ஆளே விலாசமில்லாமல் போயிருந்தார். ஜெயிலில் அடைபட்டிருக்கலாம் என்றும் செத்துப்போய்விட்டார் என்றும் ஊரிலுள்ளவர்கள் விதம்விதமாகப் பேசிக்கொண்டிருந்தார்கள்.

ஊராரின் அவதூறுகளையெல்லாம் காற்றில் பறக்கவிட்டபடியே ஒருநாள் சாயுபு ஊருக்குள் வந்திருந்தார். அன்றுமுதல் பாம்கள் செய்வதை ஆரம்பித்தார். தாடிபத்ரி சுற்றுப்புறங்களில், அடிதடி சண்டைச் சச்சரவு என்று கோர்ட்டுக்கும் வீட்டுக்குமாக அலைந்துகொண்டிருக்கும் கிராமங்கள் பல இருக்கின்றன.

அந்த ஊர்களிலுள்ள தலைவர்களெல்லாம் பத்துப்பேர் கூட வராமல் காலைக் கடனை கழிக்க கொல்லைப்புறம்கூட போகமாட்டார்கள். அவர்களெல்லாம் திருட்டுத்தனமாக வந்து சாயுபுவிடம் அரவமில்லாமல் பாம்களை வாங்கிச்செல்வார்கள்.

அவ்வப்போது போலீஸ்காரர்கள் வந்து சாயுபுவை இழுத்துச் செல்வார்கள். இதோடு சாயுபு வேலை தீர்ந்தது என்று நினைத்துக்கொள்வார்கள் ஊரிலுள்ளவர்கள்.

ஒரு வாரம் சென்றிருக்கும். மறுபடியும் சாயுபு ஊருக்குள் தலைகாட்டுவார். "நம்ம பின்னாடி யாருமே இல்லேன்னு நெனக்கிறாங்க. தாடிபத்ரி பெரிய ரெட்டி வந்து இந்த சாயுபு நம்ம ஆளுதான்டான்னு சொன்னதுமே, போலீஸ்காரனுங்க பயந்துபோயி வெளிய அனுப்பிட்டானுங்க" என்று மீசையை முறுக்கிக்கொண்டே சொல்லுவார்.

"நொண்டி நடக்கிறயே?" என்று கேட்டால், "புளியம்பழத்தை அடிச்சானுக எம் மவனுக" என்று சிரிப்பார்.

ஒருநாள் காலையில் சோள ரொட்டிகளைச் சாப்பிட்டுக்கொண்டு உட்கார்ந்திருந்தோம். ஊரே அதிரும்படியான ஒரு சப்தம் எழுந்தது. எல்லோரும் ஓடிச்சென்று பார்த்தோம். ஊருக்கு வெளியே இருந்த சாயுபுவின் வீடு தரைமட்டமாகியிருந்தது. சுற்றுப்புறமெங்கும் கருத்தபுகை மண்டிக்கிடந்தது. சாயுபு தயார் செய்த பாம்கள் வெடித்துவிட்டிருந்தன.

அப்போது கண்கூடாகக் கண்ட காட்சியை ஒருபோதும் மறக்க முடியாது.

சாயுபுவின் மூத்த மகன் பதினாறு வயதுடையவன். என்னைவிட இரண்டு வயது மூத்தவன். துண்டு துண்டாக சிதறிக் கிடந்தான். வீட்டின் முன்புறத்திலிருந்த கொய்யா மரத்தில் அவனுடைய சிதைவுற்ற கால் தொங்கிக்கொண்டிருந்தது. அவன் பெயர் கலீம். தீபாவளி பண்டிகையென்றால் கொள்ளைப்பிரியம் அவனுக்கு.

எங்க வீட்டில் ஒரு ரூபாய் தருவார்கள். அதை எடுத்துக்கொண்டு தாடிபத்ரி சென்று ஒரு கம்பி மத்தாப்பு பெட்டி வாங்கி வந்து அதை மிகவும் பத்திரமாகக் கொளுத்துவோம். அவன் எங்க பக்கத்துலேயே நின்னு தனக்கும் ஒன்று தரும்படி கெஞ்சிக் கேட்பான். பாதி எரிந்த மத்தாப்புக் கம்பியைத் தருவோம்.

"எப்பவும் இதுதான? டாம் டூம்னு வெடிக்கிற வேட்டுகளை வாங்கிடுங்க" என்பான். சாயுபு கடைசிப் பிராணனுடன் துடித்துக்கொண்டிருந்தார். அவரது மனைவியும் மற்ற குழந்தைகளும்

ஊருக்குள் சென்றிருந்ததால் பிழைத்துக்கொண்டார்கள். அந்த அம்மா தன் குழந்தைகளோடு “நாங்க இனி எப்பிடி பொழக்கிறது சாமி” என்று அழுதுகொண்டிருந்தாள். சாயுபுவிற்கு உடம்பெல்லாம் வெந்த காயங்களுடன் வலது கை துண்டாகி தூரத்தில் கிடந்தது. விரல்களெல்லாம் கருகி பயங்கரமாகக் காணப்பட்டது.

சாயங்கால நேரங்களில் அந்த விரல்களால்தான் புல்லாங்குழல் வாசிப்பார். குழந்தைகளெல்லோரும் கூட்டமாக சூழ்ந்து கொண்டு மிக வேகமாக அசைகின்ற விரல்களையே பார்த்துக்கொண்டிருப்போம்.

முக்கலும் முனகலமாகத் துன்பப்பட்டுக்கொண்டிருந்த சாயுபுவைப் பார்த்து “தாடிபத்ரிக்கோ, அனந்தபுரத்துக்கோ எடுத்துட்டுபோனா பொழப்பானோ என்னவோ” என்றார் தாத்தா. “பொழக்கிறது கஷ்டம் தாத்தா. போலீஸ் கேசில் அநியாயமாக மாட்டிக்கொள்வோம்” என்றார் யாரோ ஒருவர்.

“அட தம்பிகளா! நம்ம முயற்சியெ நாம செய்யணும். இந்த பூமியில உசிருக்கு சமமானது ஒண்ணுமேயில்லையப்பா. நான் வயசானவன். நானுபயப்படுறது சாவுக்கு மட்டும்தான். போலீஸ்காரனுங்கள் புடிச்சிட்டுப்போனா கஷ்டப்படாமெ இந்த வயசுல சோறாவது கிடைக்குமில்லையா என்று கூறி சாயுபுவை வண்டியில் போட்டுக்கொண்டு தார்ரோட்டை நோக்கிப் புறப்பட்டார்.

தாத்தாவின் வார்த்தைகளால் ரோஷம்கொண்ட ஊரிலுள்ளவர்களில் ஒரு சிலரும் புறப்பட்டனர். டாக்டர் கேட்டால் கிணற்றுக்கு வைத்த வெடிமருந்து வெடித்துவிட்டதென்று சொல்லத் தீர்மானத்திருந்தனர். ஒரு மணி நேரத்திற்குள்ளேயே வண்டி திரும்பி வந்துவிட்டது. சுற்றி வளைத்து எல்லோரும் ஒன்று கூடினோம்.”

“பிராப்தம் இல்லைங்கடா” எனறு கண்களைத் துடைத்துக்கொண்டார் தாத்தா. ஊர்க்காரர்கள் அவசரம் அவசரமாக சாயுபு பிணத்தை குழிதேண்டி புதைத்தனர். பாம் சத்தம் சுற்றுப்புறத்திலுள்ள நாலூரு கிராமத்திலும் கேட்டிருக்கும். எந்த நிமிடத்திலும் போலீஸ்காரங்கள் வரலாம். அதுதான் பயம்!

நினைத்தவாறே இருள் சூழும் நேரத்தில் போலீஸ் ஜீப் வந்து நின்றது. தட்டுகளுக்கு முன் சாப்பிட உட்கார்ந்திருந்த ஆண்களெல்லோரும் சாப்பிடாமல் எழுந்து ஊருக்குப் பக்கத்திலுள்ள மலையில் சென்று ஒளிந்துகொண்டார்கள். பெண்கள், வயதானவர்கள், குழந்தைகள் மட்டுமே மீதமிருந்தோம்.

போலீஸ்காரர்கள் சாயுபு மனைவியை கேள்விகளால் துளைத்தெடுத்தனர். எல்லாவற்றிற்கும் அழுகைதான் பதில். போலீஸ்காரர்கள் வீடு வீடாகப் புகுந்து தேடினர். ஒருவரும் அகப்படவில்லையென்பதால் வாய்க்கு வந்தபடியெல்லாம் திட்டித் தீர்த்தனர்.

அடுத்தநாள் ஊருக்குள்ளேயே போலீஸ் கேம்ப் போட்டு வைத்தார்கள். ஊருக்கு வெளியே கூடாரமிட்டு நான்கு போலீஸ்காரர்கள் துப்பாக்கிகளுடன் உட்கார்ந்திருந்தனர். இரண்டு நாட்களுக்குள் ஊரிலுள்ள கோழிகளையெல்லாம் தின்று தீர்த்துவிட்டனர்.

எங்க தாத்தாவிடம் பிரம்மாண்டமான சேவல் ஒன்று இருந்தது. கூவியதென்றால் பொழுது புலர்ந்துவிட்டதாகத்தான் அர்த்தம். செக்கச் செவேலென்ற இறகுகள். தலையின்மேல் கிரீடம்! ஊரிலுள்ள பெட்டைக் கோழிகளையெல்லாம் முட்டைபோடச் செய்துவிடும்.

சின்னக் குஞ்சாக இருக்கும்போது விலைக்கு வாங்கி வளர்த்து வந்தார். அது கொஞ்சம் பெரியதாகி அதன் தலையில் முடி வளர்ந்ததும் தாத்தா மீசையை முறுக்கிவிட்டுக்கொண்டார்.

“நம்ம சேவலுக்குச் சமமானது சுத்துபத்து ஊர்கள்லயும் இருக்கக்கூடாது” என்று வளர்ப்பார். தாத்தாவின் உள்ளங்கைதான் சேவலுக்குச் சாப்பாட்டுத்தட்டு. கை நிரம்ப சோளத்தை அள்ளி எடுத்துக்கொண்டு சேவலை கக்கத்தில் இடுக்கி அதன் வாயைத் திறந்து கொஞ்சம் கொஞ்சமாக செலுத்துவார். அதன் தொண்டையை மெல்ல நீவி விடுவார்.

கொட்டாங்குச்சியில் தண்ணீரை குடிக்கவைப்பார். யார் வீட்டிலாவது தேளை அடித்துத் கொன்றுபோட்டது தெரிந்தால் அதை ஒரு குச்சியால் எடுத்து வந்து சேவலுக்கு முன்னால் காட்டுவார். அதற்காக சேவல் “கொக்கொக்கோ” என தவிக்கும். தேளைத் தராமல் கொஞ்சநேரம் போக்கு காட்டி அழவைத்தபின் அதன் முன்னால் போட்டு விடுவார். அது அலகால் கொத்தித் தின்பதை, தாத்தா ரசித்துப் பார்த்துக்கொண்டே “நம்ம சேவலுக்கு இன்னேரம் நல்லதீனி” என்று சொல்வார்.

அப்படிப்பட்ட சேவலுக்கு இப்போது கஷ்டகாலம் வந்திருந்தது. போலீஸ்காரங்களோட சங்கதி தெரிஞ்சதும் அதை கூடையைக் கவிழ்த்தி மூடிவைத்தார் தாத்தா. போலீஸ் கேம்ப் போட்ட மூன்றாவது நாள் ஒரு மீசைக்கார போலீஸ்காரன் தாத்தாவிடம் வந்தான். ஒரு கையில் லாட்டி, தோளில் துப்பாக்கி இருந்தது.

“கிழவரே! கோழி இருக்கா?” என்று மீசைக்காரப்போலீஸ் அதட்டலுடன் கேட்டான்.

தாத்தா அப்பாவியாய் முகத்தை வைத்துக்கொண்டு, “கோழியா, எங்கிருக்கு இங்க சாரு, இருந்தா உங்களுக்கு இல்லேன்னு சொல்வேனா? கோழிக்கறி சாப்புட்டு வருஷமாகுது. போன வருஷம் சாப்புட்டது!”

“பெருசு சும்மா ஒண்ணும் தரவேணாம். உரிய காசு வாங்கிக்கோ” என்றார் போலீஸ்.

அதற்குள் கூடைக்குள்ளிருந்த சேவல் பரபரவென தரையைக் கீறிக்கொண்டிருந்தது. போலீஸ்காரன் அதைக் கவனித்துவிடப் போகிறானோ என்று தாத்தாவுக்கு ஒரே கவலையாக இருந்தது.

“இதென்னா ஊரய்யா, கோழிகள்கூட இல்லை” சலிப்புடன் பேசினான் போலீஸ்.

“இருக்குறதெயெல்லாம் நீங்கதானே தின்னுட்டீங்க. அந்த மேட்டுல இருக்குற வீட்ல கோழிகள் இருக்கான்னு போய் பாரு சாரு” போலீஸை அங்கிருந்து உடனே அனுப்பி விடவேண்டுமென்ற முயற்சியிலிருந்தார் தாத்தா.

போலீஸ் சென்றுவிடத்தான் முயன்றான். ஆனால் அந்த சேவலுக்கு கெட்ட காலம். “கொக்கொக்கோ” என்று மரணத்தை வரவழைத்தது. போலீஸ்காரன் ஆத்திரத்துடன் அருகில் வந்து கூடையை விலக்கி சேவலைப் பார்த்தான். “அடேயப்பா! பயில்வானாட்டம் இருக்கே. பெருசு... எங்கிட்டயே பொய் சொல்றியா?” கர்ஜித்தான்.

தாத்தா, போலீஸ் கையிலிருந்த சேவலை ‘கபுக்’கென பிடுங்கி பறக்கவிட்டார். அது பறந்து சென்றுவிட்டது.

“சாரு! புள்ளெய வளர்க்குறாப்புல வளத்தேனாக்கும். அதை, அதனோட ஜோலிக்கு மட்டும் வராதீங்க” தீனமாகச் சொன்னார்.

“பெருசு நீ என்ன சும்மாவா தரப்போற? ஜாஸ்தி பேசுறயே. மொதல்லயே எனக்கு கோழியை காண்பிச்சி, இதோ சாரு கோழிக்கு இவ்வளவு ஆவுதுன்னு கேட்டிருந்தா, இருபதோ முப்பதோ கொடுத்திருப்பேன்.

மரியாதையா கொடுக்கிறியா? துப்பாக்கியால சுட்டு எடுத்துட்டுப்போகவா?” பயமுறுத்தினான் போலீஸ்.

தாத்தா அடிப்பட்ட பறவையாகிவிட்டார்.

“சாரு! ஏழைங்க சொத்தை தின்னா வயித்துல ஒட்டாது” என்றார்.

“பெருசு! கோழியை எத்தனை நாள் என்னதான் வளர்த்தாலும் சமைச்சி சாப்புடத்தானே? எந்தக் கோழியாவது தன்னோட காலம் முடிஞ்சி இயல்பா செத்துப் போச்சின்னு சொல்ல முடியுமா! இல்லே பார்த்திருக்கியா?” என்று போலீஸ் நியாயம் பேசிவிட்டு சேவலைப் பிடிக்க, இங்குமங்குமாக பரபரப்புடன் அலைந்தான்.

“எக்கேடும் கெட்டுப்போ. சொன்னா கேக்கவாபோறே? எங்கோழியைத் தின்னா தொண்டையில எலும்பு சிக்கி செத்துப்போவே” சாபமிட்டார் தாத்தா.

“உலகத்துலயே உங்கிட்டத்தான் கோழியிருக்குறாப்புல பேசிட்டிருக்கிறியே! பேச்சு ரொம்பத்தான் வேகமாக வர்றாப்புல தெரியுது. லாட்டியால ஒரு போடு போட்டா தண்ணின்னு அலறாமலேயே செத்துருவே. உன்னை தூக்கிட்டுப்போறதுக்கு உங்க ஊர்ல ஆம்பிளங்ககூட இல்லே” என்றபடியே முறைத்துக்கொண்டு வந்தான் போலீஸ்.

இதையெல்லாம் பார்த்துக்கொண்டிருந்த எனக்கு வயிற்றெரிச்சல் தாங்க முடியவில்லை. ஆனாலும் சின்னப் பையன். என்னால் என்ன செய்ய முடியும்?

“பாவத்தையும் புண்ணியத்தையும் கடவுள் பாத்துப்பாரு. போலீஸ்காரரே எங்கோழியை பிடிக்க வந்துட்டு என்னையே அடிக்கணுமுன்னு சொல்றயா” வெறுப்புடன் சொன்னார் தாத்தா.

இந்தப் பேச்சையெல்லாம் பொருட்படுத்தாமல் கோழியைத் துரத்திக்கொண்டே சுத்தி சுத்தி அலையவிட்டு கடைசியில் எப்படியோ பிடித்துக் கக்கத்தில் வைத்துக்கொண்டபடியே போய்த்தொலைந்தான் போலீஸ்.

தாத்தா ஒரு யோகியைப்போல மௌனமாய் மரத்தடியில் சிறிதுநேரம் அமர்ந்திருந்தார். திடீரென எழுந்து நின்றார். வெசப்புடன் குடிசைக்குள் நுழைந்து கோழிக்காக, தினந்தோறும் தண்ணீர் ஊற்றி வைக்கின்ற தேங்காய் சிரட்டையை எடுத்து வந்து பலமாக வீசி எறிந்துவிட்டார். அது புதர்களுக்கிடையே நுழைந்து ஒரு கல்லின் மேல் விழுந்து டப்பென சுக்கல் சுக்கலாய் சிதறியது. “வயித்துல பொறந்த மகனே இல்லேன்னு போயிட்டான். இனி கோழிபத்தி என்ன வேண்டிக்கெடக்கு?” என வருத்தத்துடன் முணுமுணுத்துக்கொண்டார் தாத்தா.

***

மறுநாள் காலையிலேயே நானும் தாத்தாவும் கைகளில் பைகளுடன் புறப்பட்டோம். பைகளில் சோள மாவும் மிளகாய்களும் இருந்தன. மலையினுள் மறைந்திருக்கும் எங்க ஊர்க்காரர்களுக்கு அவற்றைத் தந்துவிட்டு வரவேண்டும்.

மலைக்குச்செல்லும் பாதையில்தான் போலீஸ் கூடாரம் அமைத்திருந்தனர். நாங்கள் சென்றுகொண்டிருக்கும்போது மீசைக்கார போலீஸ் பார்த்து விட்டான். எங்களை கூப்பிட்டதை தாத்தா கவனிக்கவில்லை. அவனே எங்களருகில் வந்தான்.

“இதோ பாரு பெருசு, ஓங் கோழியெ சாப்பிட்டுட்டேன்னு கோபமாக இருக்கே போலிருக்கு. நான் இந்த ஊரை விட்டு போறதுக்குள்ளாற கோழிக்குரிய பணத்தைத் தந்துடுவேன். பேச்சை தட்டமாட்டேன். அது சரி, நீ நல்லா வைத்தியம் பாப்பியாமே?” என்றான் போலீஸ்.

அவன் அப்படி கேட்டதும் தாத்தாவின் முகம் சற்றே மாறியது.

“சுத்துமுத்தும் பத்தூருக்குள்ளருக்குற சனங்க விளக்கு வைக்கிற நேரத்துல நம்ம பேரை நெனக்காமெயிருக்க மாட்டாங்களாக்கும்” என்றார் கர்வம் கலந்த குரலில்.

“பெரியவரே எனக்கு ஒரு நோயி இருக்கு. விருப்பப்பட்டு தின்னாலும், தின்னது வயித்துல தங்காமெ உடனே செம்பத் தூக்கிட்டு புறத்தாலே போயிட வேண்டியிருக்கு. “ஏதாவது மருந்து குடுசாமி” என்றான் போலீஸ்.

“ஒண்ணும் ஆகாது. நா குணப்படுத்திடுதேன். சாயங்காலம் கழுதபொறட்டி இலைச்சாறை தாரேன். குடிச்சிடு. ஒருவேளை பச்சிலை கெடக்கலேன்னா தேடி அலையணும். நீ உங்ககூட இருக்கறவங்க கிட்டே இதப்பத்தி சொல்லவேணாம். அவங்களும் வேணும்னு கேட்டுட்டா எனக்குத்தான் ரொம்ப கஷ்டம்.

ஒவ்வொரு தடவையும் பலியாடா நிக்கணும்னா என்னால முடியாது. சாயங்காலம் மெதுவா பூனையாட்டம் எங்குடிசைகிட்ட வந்து பச்சிலையைக் குடிச்சிட்டு வாயத் துடைச்சிகிட்டுப் போய்க்கோ. அவ்வளவுதான்” உற்சாகத்துடன் சொன்னார் தாத்தா.

அதன்பிறகு மலையை நோக்கி இருவரும் நடந்தோம்.

“தாத்தா! கழுதப் பொறட்டி இலையெ பசுக்களுக்குத்தானே கொடுப்போம்” என்று கேட்டேன்.

“இந்த போலீஸ்காரன்கூட பசுவைப்போல ஒரு மிருகந்தான். இது எப்படிப்பட்ட அநியாயமுன்னு பாருடா, பாவமுன்னு

பாலூத்துனா வெண்ணெயிலயே விரலு வச்ச மாதிரியில்ல இருக்கு இவ நடத்தெ. கோழியையும் நானே தந்து அதை ஜீரணிக்க மருந்தையும் நானே தரணுமா? எஞ்சேவல தட்டிப் பறிச்சி தின்னதுக்கு அவனுக்குச் சரியான பாடம்பு காட்டலேன்னா, எம்பேரு கொண்டய்யாவே இல்லை" _ என்றார் வெறியுடன் தாத்தார்.

எங்க ஆட்களுக்குக் கொடுக்க வேண்டியதை கொடுத்துட்டுத் திரும்பி வரும்போது காடெல்லாம் அலைஞ்சி திரிய வேண்டியிருந்தது. பச்சிலையைப் பறிப்பதற்காக, "தாத்தா, கழுதப்பொறட்டி இலை ஜாஸ்தி இருக்குற மாதிரி தெரியலியே" என்றேன் நான்.

"கேடுகெட்ட சம்சாரத்தை நடத்துறதுக்கு வலது காலை முன்னால வச்சா என்ன? எடது காலை முன்னால வச்சா என்ன? கண்ணுக்குத் தெரிஞ்ச இலைகளைப் பறிச்சிட்டு மேலே வந்து சேரு" என்றார். சாயங்காலம் போலீஸ்காரன் ரொம்ப குஷியாக வந்து பச்சிலைச் சாறை குடித்துவிட்டுச் சென்றான்.

அன்றைய ராத்திரியில் தாத்தா, தூங்கிக்கொண்டிருந்த என்னை எழுப்பி, "இந்த நேரத்துல போலீஸ்காரனோட குண்டி வெளுத்து வாங்கியிருக்கும், சும்மா பீச் பீச்சுன்னு இல்லையா?" என்று கேட்டார்.

"சாமி! நீயுமாச்சி உன் மருந்துமாச்சி. என்னெ எதுக்கு தூக்கத்தை கெடுக்குறே" என்று எரிச்சலுடன் சொன்னேன்.

"பேய் பிடிச்சப்பத்தான் செருப்பால அடிக்கணுமா" என்று படுத்துக்கொண்டேன். துக்கம் கலைந்த வருத்தத்தில்.

***

மறுநாள் பொழுது விடிந்ததோ இல்லையோ கூடாரத்தின் பக்கமாகச் சென்றோம். மீசைக்கார போலீஸ் தென்படவில்லை.

"மீசைக்காரர் இல்லையா சாரு?" அங்கேயிருந்த இன்னொரு போலீஸிடம் கேட்டார் தாத்தா.

அவரு கதையை என்னன்னு சொல்றது" என்றான் அந்த போலீஸ்.

"என்னாச்சி சாரு?" கேட்டார் தாத்தா.

ராத்திரி என்ன சாப்பிட்டாரோ என்னமோ? ஒரு தடவை செம்பை எடுத்துகிட்டு செடி மறைவுக்குப் போயிட்டு வந்தாரு. வந்து உட்கார்ந்தாரோயில்லையோ மறுபடியும் செம்பை எடுத்துகிட்டு

ஓடுனாரு. மூன்றாவது தடவை செம்பை எடுத்துட்டுப் போகக்கூட நேரமில்லாமல் கூடாரம் முழுக்க நாத்தமடிக்க வச்சிட்டாரு. நாலு கொடம் தண்ணி ஊத்தி கழுவி சுத்தப்படுத்தினாலும் நாத்தம் போகல்லே. ராத்திரி முழுக்க சும்மா தண்ணியா வெளுத்து வாங்கிடிச்சி! சோந்து போயிட்டாரு.

இருட்டுக்குள்ளயே எழுந்திரிச்சி தாடிபத்ரி போயிடுறேன்று துடியா துடிச்சாரு. தார் ரோடு வரைக்கும் நாந்தான் கூட்டிட்டுப் போயி விட்டுட்டு வந்தேன். அங்கே போறதுக்குள் இரண்டு மூன்று தடவை போயிருச்சி. பஸ்ஸுக்குள்ள என்னென்ன செஞ்சி வெச்சாரோ!" என்று சொல்லியவாறு விழுந்து விழுந்து சிரித்தான் அந்தப் போலீஸ். எங்க ரெண்டு பேருக்கும் சிரிச்சி, சிரிச்சி வயிறு புண்ணாகிவிட்டது.

"தாத்தா! போலீஸ்காரரோட உசுருக்கு ஒண்ணும் பயமில்லையில்லயா?" என்று கேட்டான்.

"என்னவோய். உன் கண்ணுக்கு நா எப்படி காணப்படுறேன்? பகையாளு வந்தாலும் தைரியமிருந்தா எதுக்கபோயி சண்டை போடணும்! அதுதான் தவிர மருந்து வச்சி சாகடிப்பமா? அவனுக்கு ஒண்ணும் நடக்காது. கொஞ்ச நேரம் ஆட்டி வைக்கும், அவ்வளவுதான். அநியாயமா என் கோழிய அடிச்சி தின்னானில்லே. நாம இந்த மட்டுமாவது செய்யலேன்னா எப்பிடி?" என்றவாறு வாய்விட்டுச் சிரித்தார்.

அன்று இரவு என்னை எழுப்பி, "போலீஸ்காரனுக்கு நோயை போக்கிட்டேனில்லையா?" என்றார்.

நான் எரிச்சலடையவில்லை. மாறாக வயிறு வலிக்கச் சிரித்தேன்.

***

அதற்கு மறுநாளே ஊரில் போலீஸ் கேம்ப் காலியாகி விட்டிருந்தது. எலெக்ஷன் வந்திருந்ததால் கேஸ்கூட இல்லாமல் போய்விட்டது.

மலையிலிருந்து எங்களைச் சேர்ந்தவர்களெல்லோரும் ஊருக்குள் வந்துவிட்டனர். போலீஸ்காரனின் விவகாரத்தையெல்லாம் கேட்டு ஒருவருக்கொருவர் சொல்லிச் சொல்லி சிரித்தனர்.

ஒரு மாதத்திற்குப்பின் எங்க ஊரு காரருடைய திருமணத்திற்காக நானும் தாத்தாவும் தாடிபத்ரிக்குச் சென்றோம்.

மெயின்ரோடில் நடந்துகொண்டிருக்கும்போது "பெரியவரே" என்று யாரோ கூப்பிட்டது போலிருந்தது.

எதிரில் மீசைக்கார போலீஸ் நின்றிருந்தான்.

திடுக்கென்றது !பார்க்காததுபோல போய்விடவேண்டுமென்று நினைத்துக்கொண்டோம். போலீஸ்காரன் வேகவேகமா வந்து தாத்தாவின் கைகளைப் பிடித்துக்கொண்டு, "என்னை அடையாளம் தெரியலியா ?" என்றான்.

தாத்தா நெற்றியின் மேல்புறமாக கையை வைத்துப் பார்த்தார். "இப்ப கொஞ்ச நாளா பார்வை சரியில்லே" என்று தெரியாததுபோல சொன்னார். என்றாலும் மனதிற்குள்ளேயே "பாவப்பட்டவனே" என்று முனகாமல் இல்லை.

"உங்க ஊர்ல மூலிகைச் சாறு கொடுத்தீங்கள்லியா. அந்த போலீஸ்காரன்தான்" என்றான்.

"நீயா அப்பா! நல்லாருக்கிறயா ?" என்று கேட்ட தாத்தா எப்படியோ உங்கையில வந்து மாட்டிக்கிட்டேன் என்று நினைத்துக்கொண்டார் ஏமாற்றத்துடன்.

"உன்னெ போட்டோ வச்சி கும்பிடலாம் பெருசு ! என் நோயை குணமாக்கிட்டே. மருந்து குடிச்ச பிறகு ரெண்டு நாளு வாட்டி எடுத்துடிச்சுதான். உங் கோழியை தின்னுட்டேங்குற கோபத்தை மனசுல வச்சிகிட்டு எனக்கு ஏதோ பலிவாங்கிட்டியோன்னு பயந்து போனேன். அதுக்குப் பொறகுதான் வயிறு கல்லாட்டம் இறுகிப் போயிடுச்சி. இப்போ எதைத் தின்னாலும் ஒத்துக்கிடுது. ஒண்ணுமே செய்யல" என்று சந்தோசமாகச் சொன்னான் போலீஸ்.

தாத்தாவும், நானும் ஆச்சரியத்துடன் நின்றிருந்தோம்.

"இதோ பாரு பெருசு, ஒருத்தர் சொத்தெ அநியாயமா பிடுங்கி திங்கறவன் இல்லை நான். இந்தா முப்பது ரூபாயை வாங்கிக்கோ. ஒங் கோழிக்குரிய விலையை" என்றவாறு மூன்று பத்து ரூபாய் நோட்டுகளை உருவி எடுத்தான்.

"கணக்கு எதுக்கு போலீஸுக்காரரே. நோய் குணமானா அதுவே போதும்" என்றார் தாத்தா.

"அய்யா சாமி ! உங் கடன் எனக்கெதுக்கு பெருசு" என்றபடியே பலவந்தமாக தாத்தாவின் கையில் பணத்தைத் திணித்தான் போலீஸ்.

"ஏ அய்யா, பெரியவன், நா சொல்றத கேப்பியா ?" என்றார் தாத்தா.

"எங்க அப்பாவைப் போன்றவர், நல்லதத்தான் சொல்லுவியே தவிர கெட்டதைச் சொல்லுவியா ?" என்றான் போலீஸ்.

“பத்துப்பேரோட வருத்தத்தை சம்பாதிச்சி திங்கிற தீனி எப்பவுமே ஒடம்புல ஒட்டாது. அந்த சாபம் உனக்கு மட்டுமில்லே உங் குழந்தைகளுக்கும் புடிச்சிடும். இனிமேலாவது புத்தியோட பொழச்சிரு” என்று கூறிவிட்டு முன்னேறி நடந்தார் தாத்தா.

சிறிதுநேரம் வரையில் ஒன்றுமே பேசாமல் வந்தவர்.

“நம்ம வைத்தியத்தின் மகிமையை பார்த்தியாடா, கெட்டது செய்யணும்னு நெனச்சாலும் நல்லதுதான் நடக்கும்” என்றவர் கையிலிருந்த முப்பது ரூபாயை பார்த்துவிட்டு, “நல்ல மிலிட்டரி ஹோட்டல் எங்கருக்குன்னு பாருடா. கவுச்சு சாப்புட்டு ரொம்ப நாளாயிருச்சி” என்றார்.

மிலிட்டரி ஹோட்டலில் மாமிசத்துடன் உணவு சாப்பிட்டோம்.

“நம்ம கோழி இந்த விதமா ருணத்தைத் தீத்துகிருச்சி பார்த்தியா” மாமிசத்துண்டுளை ஆசையுடன், மென்றவாறு சொன்னார் தாத்தா.

தாத்தா உணவை எவ்வளவு விருப்பத்தோடு சாப்பிடுகிறார் என்பதை பார்த்துத் தானாக வேண்டும். அது ஒரு மிகப்பெரிய காவியம்.

ஒரே ஒரு கேப்பைக் களியைக் கிண்டிக்கொள்வார். இரண்டு பச்சை மிளகாய்கள், ஒரு பெரிய வெங்காயம், எல்லாவற்றையும் சாப்பாட்டுத் தட்டில் வைத்துக்கொள்வார். கேப்பைக் களியை கொஞ்சம் பிய்த்து எடுத்து துவையலில் தொட்டு வாயில் வைத்துக் கொள்வார். மிளகாயை கரக்கென கடித்து மெல்வார். பாதிமென்றதும் வெங்காயத்தைக் கடித்துக்கொள்வார்.

ஒரேயொரு களி உருண்டையை அரைமணிநேரம் வரை சாப்பிடுவார். எல்லாம் முடிந்த பின் விரல்களை விருப்பத்துடன் நக்குவார். அதற்குப்பின் தட்டில் ஒட்டியுள்ளதை ஒரு விரலால் சுத்தமாக வழித்தெடுத்து அதை வாயில் வைத்துக்கொள்வார். அதற்கப்புறம் கையை கழுவிக்கொள்வார். உண்மையிலேயே தட்டை கழுவ வேண்டியதே இருக்காது. ஆனாலும் ஒரு செம்பு தண்ணீரில் அதை சுத்தமாக சாம்பல் போட்டுத் தேய்த்து கழுவி (ஊர்ல ஒரு தட்டு கழுவ ஒரு டம்ளர் தண்ணீர்தான் புழங்குவார்கள். தண்ணீர் பஞ்சம் அல்லவா) தட்டில் தனது உருவத்தைப் பார்த்துவிட்டு சுவற்றோடு சாய்த்து வைப்பார்.

தாத்தா வருஷத்துக்கு ரெண்டு தடவை சாராயம் குடிப்பார். முஸ்லீம் பண்டிகைக்கும், ஆடி பௌர்ணமிக்கும். பண்டிகையன்று பார்க்க வேண்டுமே கிழவனின் ஜபர்தஸ்தியை! தப்பெட்டை அடிப்பார். கை வலித்தாலும் தாத்தாவின் ஆவேசம் குறையாது.

பிறகு பெரிய பெரிய பாறாங்கற்களை ஆஞ்சநேயன் சஞ்சீவி மலையைத் தூக்கியதைப்போல வெகு சுலபமாக எடுத்து மறுபக்கம் போடுவார்.

'மனைவிக பக்கத்துல படுத்து கிட்டு புள்ளெங்கள பெர்றது மட்டும் ஆண்மை இல்லேடா. அந்த வேலயெ நாய்ககூட செய்றதுதான். இந்த ஊர்ல நல்ல ஆம்புளெ ஒருத்தனாவது யிருந்தா என்னோட சேர்ந்து இந்தக் கல்லை தூக்கிப்போடச்சொல்லு பார்க்கலாம்' என்று சவாலே விடுவார்.

அன்றைய இரவு முழுக்க ஊரிலிருப்பவர்களைச் சண்டைக்கு கூப்பிடுவார். பைசா செலவில்லாமல் அன்று ஊரிலுள்ளவர்களுக்கு வேடிக்கைதான், சிரிப்புதான்.

தாத்தா ரொம்பவும் கஷ்டப்பட்டவர். விவசாய வேலைகள் இருக்கும்போது காட்டு வேலைக்குப்போவார். இளைஞர்களோடு போட்டிபோட்டுக்கொண்டு அவர்களுக்குச் சமமாக வேலை செய்வார். தாத்தா வேலைக்கு வந்தாலே எல்லோருக்கும் உற்சாகமாகயிருக்கும். வேலை செய்துகொண்டே கிராமிய நாடோடிப் பாடல்களை அற்புதமாகப் பாடுவார். வயசுப் பெண்களுடன் சரசமாடிப்பேசுவார்.

"என்ன புள்ளெ... கல்யாணமாயி ரெண்டு வருஷமானாலும் கொழந்தைங்க பொறக்கலியே. ஒம் புருஷனெ எங்கிட்ட அனுப்பு. வீரத்துக்கு தகுந்த மருந்து கொடுக்குறேன்" என்பார்.

"என்ன புள்ளெ, என்னெ வச்சிக்கிடுதயா?" என்று மற்றொரு பெண்ணை வம்புக்கிழுத்து சீண்டுவார்.

"வச்சிக்கிட்டா எனக்கு என்னென்ன நகைகளை செஞ்சிபோடுவே?" என்று அந்தப் பெண் கேட்டாளென்றால்.

"நா ஒரு ஏழை, எங்கிட்ட ஒண்ணுமில ஆத்தா" என்று கையை விரிப்பார்.

விவசாய வேலைகள் இல்லாதபோது தாத்தா விறகு வெட்டுவார். விறகுக்கு கிராக்கியில்லாதபோது அவற்றை எரித்து கரியாக்கி விற்பார்.

விறகை எரித்து கரியாக்குவது பெரிய தலைவலி புடிச்ச வேலை. மண்ணால் பட்டி தயார்செய்து விறகுகளை பக்குவமாகப் பரப்பி எரிமூட்டவேண்டும். அடிக்கடி, கவனமாகப் பார்த்துக்கொண்டிருக்க வேண்டும். இல்லையென்றால் கட்டைகள் முழுவதுமாக எரிந்து சாம்பலாகிவிடும். நானும் தாத்தாவும் பட்டியினருகில் உட்கார்ந்தபடி தூங்கிவிழுவோம். தாத்தா எத்தனையெத்தனையோ

கதைகளைச் சொல்வார். எல்லா கதைகளிலும் மறைந்திருக்கும் நீதி ஒன்றுதான், "மனிதர்கள் மனிதர்களாக மட்டுமே வாழ வேண்டும்"

***

நான் பத்தாம் வகுப்பு முதலிடத்தில் பாஸானேன். இன்டர் படிக்க வேண்டுமென்றால் தாடிபத்ரி போகவேண்டும். எங்க பக்கத்து ஊரான "யாடிகி" யில் ஹைஸ்கூல் இருந்தது. மூன்று மைல் நடந்து சென்று படித்தேன். தாடிபத்ரி பதினைந்து கிலோ மீட்டர் தூரத்தில் இருந்தது. நடந்துபோவதென்பது சாத்தியப்படாததால் தாடிபத்ரியிலேயே தங்கிப் படிக்க வேண்டி வந்தது. செலவாகும்தான். இருந்தாலும் எங்க அப்பா என்னை படிக்க வைக்க முடிவெடுத்திருந்தார்.

நான் தாடிபத்ரிக்குச் செல்லும் நாளன்று தாத்தா என்னை அழைத்து "உங்க அப்பாவை சின்னப்புள்ளெயா இருக்கும் போதிருந்து பார்த்துட்டுத்தானிருக்கேன். அவனுக்கு இனிப்புப் பண்டங்கள்னா ரொம்ப இஷ்டம். கல்யாணம் காட்சின்னு சுப காரியங்களுக்குப் போனா அங்கே லட்டு, மைசூர் பாகு, ஏதோ வைப்பாங்கல்லியா.

ஒன்றுகூட வாயில வச்சி திங்காமெ ஒரு காகிதத்துல பொட்டலமா கட்டிகிட்டு வீட்டுக்குக் கொண்டு வந்து உங்களுக்குத் தருவான். தன்னோட வாயைக் கட்டிப் போட்டுகிட்டு உங்களை வளர்த்தான். ஒங்க அப்பாவுடைய ஒவ்வொரு சொட்டு ரத்தமும், ஒரு ரூபா நாணயத்துல தெரியும். இதையெல்லாம் மனசுல வச்சிகிட்டு நல்லா படிச்சி முன்னேறு. ஊருக்கும், வீட்டுக்கும் அவச்சொல்லை வாங்கித் தந்துராதே" என்று புத்திமதி சொன்னார்.

நான் கண்ணீரை துடைத்துக்கொண்டு தாடிபத்ரிக்கு சென்று விட்டேன். அதன்பிறகு மூன்று மாதங்கள் வரையிலும் எங்க ஊருக்கு வர இயலவில்லை. ஒருநாள் எங்க சூரய்யா மாமா கடைத்தெருவில் தென்பட்டு, "கொண்டய்யா தாத்தா ஆரோக்கியம் சரி பட்டு வரவில்லை. ராத்திரியும், பகலுமா ஒரே இருமல்தான்" என்று சொன்னார்.

நான் உடனே ஊருக்குச் சென்றேன்.

தன்னுடைய குடிசையிலிருந்த குழிவிழுந்த கட்டிலில் உட்கார்ந்திருந்தார் தாத்தா.

"உடம்பு சரியில்லையாமே?" என்றேன்.

"வயசாயிடுச்சில்லைய்யா" சிரிக்க முயன்றார். கனேல் கனேலென இருமல் வந்தது.

"மருந்து சாப்பிடுறீங்களா தாத்தா?" என்று கேட்டேன்.

"இதொன்னும் அப்படிப்பட்டதில்லேடா பச்செலையைக் கடிச்சா சரியாயிடும். 'சரி' தாடிபத்தரி விஷயத்தைச் சொல்லு" என்று பேச்சை மாற்ற முயற்சித்தார்.

"இது ஓ... பச்சிலைக்கு கட்டுப்படுற நோயி இல்லே" என்றேன்.

"பைத்தியக்காரனாட்டம் பேசாதே. என்னைவிட வைத்தியந் தெரிஞ்சவன் இருக்கானா?" என்றார் டம்பமாக.

"வீம்பு புடிச்சி பேசாமெ தாடிபத்ரிக்கு புறப்படு. டாக்டர் கிட்ட காண்பிக்கலாம்" என்று கோபமாகச் சொன்னேன்.

தாத்தா ஒன்றுமே பேசாமல் பீடியை பற்றவைத்தார். ஒரு தம் இழுப்பதற்குள் இருமல் வந்து தொந்தரவு செய்தது. மூச்சுவிடமுடியாமல் திணறிக்கொண்டிருந்தார். பீடியை அணைத்துவிட்டு பளிங்கு கண்களால் சிறிது நேரம் சூன்யத்தையே வெறித்து பார்த்துக்கொண்டிருந்தவர், 'எனக்கு வந்த நோயி பச்செலையால குறையாதுங்கறது எனக்கும் தெரியும். ஆனாலும் தாடிபத்ரிக்கோ, அனந்தபுரத்திற்கோ போயி, பெரிய பெரிய டாக்டருங்ககிட்டே காட்டுற அளவுக்குப் பணம் எங்கயிருக்கு என்கிட்டே?'

"ஊரு செத்துப் போயிடுச்சா?" ஆவேசத்துடன் சொன்னேன்.

"உனக்குத் தெரியாது. சின்னப்பையன். புது ரத்தம். கொதிக்கத்தான் செய்யும். ஊருல எல்லாரோட பொழப்பும் அந்தந்த மட்டுந்தான். இருந்தாலும் பொழச்சிருந்த காலம் வரைக்கும் ஒரு மனுஷங்கிட்டகூட ஆசைப்பட்டு வாங்கித் தின்னாத நான், போகும்போது ஊருக்கு பாரமாகச் சொல்றியா" என்றார்.

எனக்கு என்ன பேசவேண்டுமென்றே தெரியவில்லை. அன்று இரவு முழுவதும் எனக்குத் தூக்கம் பிடிக்கவில்லை. தாத்தாவின் இருமல் பயங்கரமாகக் கேட்டுக் கொண்டேயிருந்தது.

"அம்மா! தாத்தாவின் நிலமை ஒன்றும் நன்றாகயில்லையே?" என்று எங்க அம்மாவிடம் கூறினேன். "கெழவன் ரொம்ப மானஸ்தர். எப்பவாவது கொஞ்சம் தொட்டுக்க குடுத்தாலே வங்கிக்க மாட்டாரு. இன்னிக்கு ஊருலருக்குறவங்க உதவி செய்ய வந்தா ஒத்துக்கிடுவாரா?" என்றாள்.

***

அதன்பின்னர் ஒரு மாதம் சென்றிருக்கும். நான் தாடி பத்ரியில் இருந்தாலும் என் மனமெல்லாம் ஊரைப்பற்றியே நினைத்துக்கொண்டிருந்தது. தினமும் தாத்தா நினைவில் நிற்பார்.

ஒரு நாள் சாயங்காலம் சூரய்யா மாமா வந்து, "உங்க தாத்தா உசிரு இந்தா அந்தான்னு கெடக்கு. உன்னெ பாக்கணுமுன்னு துடிச்சிட்டிருக்காரு" என்று சொன்னார்.

வருத்தத்துடன் ஊருக்கு ஓடினேன்.

நான் போய் சேரும்போது தாத்தாவின் குடிசையின் முன்னால் எங்க அம்மா, இன்னும் நான்கைந்து பெண்கள் உட்கார்ந்திருந்தார்கள்.

என்னைப் பார்த்ததும் எங்க அம்மா கண்களைத் துடைத்துக்கொண்டாள். குடிசைக்குள் சென்றேன். கிரசனாயில் புட்டி விளக்கு மங்கலாக எரிந்துகொண்டிருந்தது. கட்டிலின் மேல் தாத்தா படுத்துக் கிடந்தார். எலும்பும் தோலும் மட்டுமே உடம்பில் தெரிந்தது. என் சிறுவயதை ஒவ்வொரு நிகழ்வோடும் பின்னிப் பிணைந்திருந்த தாத்தாவை அந்த நிலையில் பார்க்கையில் எனக்குள் அழுகையை கட்டுப்படுத்த முடியவில்லை. என் அழுகை சத்தம்கேட்டு கண்களைத் திறந்து பார்த்தார். அந்தக் கண்களில் சின்ன மிளிர்வு.

"என்னவோய் வந்துட்டியா? உன்னைப் பார்க்காமலேயே எமனோட ஆட்கள் வந்து வலையை வீசிப் புடுவாங்களேன்னு நெனச்சேன்" என்று அருகாமையில் அழைத்தார்.

நான் அருகில் சென்று அமர்ந்துகொண்டேன்.

"நல்லா படிச்சிட்டிருக்கியா?" கேட்டார்.

தலையை அசைத்தேன்.

தலையணைக்கடியில் கையை வைத்து துழாவி ஒரு துணி மூட்டையை எடுத்தார். அதை என் கையில் தந்து _ "இதுல கொஞ்சம் பணம் இருக்கு. நான் போயி சேர்ந்துட்டேன்னு தெரிஞ்சா சங்கரன் வருவான். தூரத்துலருந்து வரணும். செலவு அதிகம் பிடிக்கும். நாலுபேரு கொழந்தங்களோட எப்பிடி பொழக்கிறானோ தெரியலே. சார்ஜுக்காவது வரும், இதை அவங்ககிட்ட கொடுத்துடு" நிதானமாக மூச்சு வாங்கியபடி சென்னார்.

"கெழவன் எனக்கொன்னும் தரலயேன்னு நெனக்காதே. உனக்கு என் பொக்கிசத்தையே தர்றேன்" எனக்கூறி பனியன்

ஜேப்பிற்குள் கையை வைத்து எதையோ வெளியே எடுத்து என் கையில் வைத்தார்.

அது பூதக்கண்ணாடி!

அழுகை குமுறிக்கொண்டு பொங்கியெழுந்தது எனக்கு.

"அழுவாதே" என்பதுபோல சைகை செய்தார்.

அதன்பின்னால் ஒன்றுமே பேசாமல் தன்னை மறந்த நிலையில் தள்ளப்பட்டார்.

நடுராத்திரி வேளையில் கண்களைத் திறந்து, "அப்புடு, மீசைக்கார போலீஸ்காரனை நல்லாவே ஆட்டிப் படச்சோமில்லையா" என்று மெல்ல முணுமுணுத்தார்.

அவ்வளவு வருத்தத்திலும் எனக்குச் சிரிப்புத்தான் வந்தது.

"எனக்கு ஒரே பயம். நான் போயிட்டா, இந்த ஊருல வைத்தியம் எவன்டா செய்வான்?" என்றவர் உரக்க சுவாசத்தை இழுத்தார். அதுவே கடைசி சுவாசம்.

எங்க ஊரின் மாபெரும் வைத்தியர் நிசப்தமாய் மகோன்னத நித்திரையிலாழ்ந்துவிட்டார்.

மனிதர்கள் மறைந்துவிடுவார்கள் _ நினைவுகள் மட்டுமே நிஜமாய் என்றென்றும் மனதில...!

●

மசூதிப் புறா

தெலுங்கு - தாதாகயத்

அது கண்களை விரித்துத் பார்க்கையில் அதன் சின்னஞ் சிறிய இதயத்தில் முதன்முதலில் பயம் ஏற்பட்டது.

தினந்தோறும் அதிகாலையிலேயே ஒலி பெருக்கியில் கேட்கும் தொழுகைக்குரல்தான் அதற்கு அலாரம் வைக்கப்பட்ட கடிகாரம். அன்று ஏனோ ஒலிக்கவில்லை! அது விழித்தெழுவதற்கு முன்பே நண்பர்களெல்லாம் எப்போதும் ஆற அமர கண்விழித்தெழுகின்ற அதனுடைய ஜதை புறாகூட, அதைவிட முன்னரே எழுந்து "கட்யும், கட்யூம்" என்று சப்தம் எழுப்பிக்கொண்டிருந்தது.

சரியாக ஒருவாரமாகத்தான் அந்த ஆண் புறாவோடு அதற்கு ஜதை சேர்ந்தது. அதற்குமுன் இன்னொரு ஆண்புறா, அதற்கு ஜோடியாக இருந்து வந்தது. ஆனாலும் ஆறு மாதங்கள்வரை அதனோடு சந்தோசமாக குடும்பம் நடத்தி வந்த அந்த ஆண்புறா மற்றொரு அழகான பெண்புறாவுடன் சாமார்த்தியமாகப் பறந்து சென்றுவிட்டது.

அந்த ஆண்புறா அதனைவிட்டுப் போன நாளில் அதற்கு வாழ்க்கையின் மீதே விரக்தி ஏற்பட்டது. மசூதி குளத்தில் குதித்து விடுவோமா அல்லது தற்கொலை செய்து கொள்வதற்கு வேடுவனின் வலையில் சிக்கிக்கொண்டு விடுவோமா என்றெல்லாம் யோசித்தது. தான் மட்டும் சிக்கிக்கொண்டுவிட்டால் போதுமே. எத்தனை நேர்த்தியாக தணலில் வாட்டி ருசி பார்த்து சுவைப்பதற்காகக்

கொறக்கூட்டம் தயாராக இருக்கும். இரண்டு மூன்று தடவை அந்தச் சிறுவன் ஒளிந்து ஒளிந்து மசூதிக்குள் வந்து அதனை பிடித்துச் செல்வதற்குத் திட்டம்போட அது அவனுக்குப் பிடிபடாமல் டாடாகாட்டி பறந்து சென்றுவிட்டது.

ஆனால் நன்றாக சிந்தித்துப் பார்க்கையில், தற்கொலை செய்து கொள்வது சுத்த கோழைத்தனம் என்றே பட்டது. ச்சீ, அது ஆண் தன் புத்தியைக் காட்டிவிட்டது. இன்னொரு புறாவுடன் பறந்து போய்விட்டதற்காக நான் ஏன் என்னை மாய்த்துக்கொள்ள வேண்டும்? நானும் மற்றொரு ஜோடியை தேடிக்கொள்கிறேன்.

அந்த எண்ணம் ஏற்பட்டதுமே அதுவரையிலும் அந்த ஓடிப்போன ஆண்புறாவிற்காகக் கவலைப்பட்டு காட்டுமேட்டிலும் அலைந்து திரிவதை நிறுத்தி நேரே மசூதி கோபுரத்தை நோக்கிப் பறந்து சென்றது. அப்போது அந்த கோபுரத்தின்மேல் ஒன்றுமட்டுமல்ல, இரண்டு ஆண்புறாக்கள் தென்பட்டன. அதனுடைய புள்ளிகளற்ற வெண்மையான நிறத்தைப் பார்த்து ஆச்சரியத்துடன் கண்களைச் சுழலவிட்டு குப்புறவிழவிருந்தபோது எப்படியோ சமாளித்துக்கொண்டது. அந்த இரண்டில் எந்தப் புறாவாகயிருந்தாலும் ஜோடி சேர்த்துக்கொள்ள சித்தமாயிருப்பதை வெட்கத்துடன், தன் அழகிய கருவிழிகளைச் சுழற்றி படபடவென இறக்கைகளையடித்து இணக்கத்துடன் தெரிவித்தது பெண் புறா.

ஓர் உறைக்குள் இரண்டு கத்திகளை வைக்க இயலாதல்லவா! அந்த இரண்டு ஆண்புறாக்களும் அதற்காக மசூதி கோபுரத்தின் மேலேயே போட்டியில் இறங்கியது. கால்மணிநேரம் அந்த இரண்டுக்குமிடையில் கடுமையான போராட்டம் நடந்தது. கடைசியில், இறகுகளையெல்லாம் இழந்த நிலையில் சோர்வுற்று ஒரு புறா தோல்வியை ஒப்புக்கொண்டதுபோல முயற்சியைக் கைவிட, வெற்றி பெற்ற ஆண்புறா பெருமிதத்துடன் தோகையையாட்டியபடி அதை அருகில் வரும்படி பார்த்தது. பெண் என்னவோ வெட்கத்துடன் நாணி கோணி மெல்ல மெல்ல நகர்ந்து நகர்ந்து அதனருகில் சென்று அமர்ந்தது. ஆண்புறா கர்வத்துடன் ஒருமுறை தலையைத் தூக்கிப் பார்த்துவிட்டு அலகால் அதன் கழுத்தை தடவித் தந்து, காதலை வெளிப்படுத்தியது.

அன்று முதல் அது அதனோடு இணைந்து மசூதி வளாகத்தில் பளிங்குச் சிலைகளின் மீதும், மசூதி குளத்தங்கரையிலும், அதற்குப் பக்கத்திலுள்ள சார்மினார் மீதுமாய் ஆனந்தமாய் காதல் லீலைகள் புரிந்தவண்ணம் வாழ்வை சுகப்படுத்திக்கொண்டன. ஆனால் இரண்டு மூன்று நாட்களிலேயே அது அந்த ஆண்புறாவின் இயல்புகளைக் குறைபாடுகளை நன்றாகப் புரிந்துகொண்டது.

எல்லாவற்றிலும் சோம்பேறித்தனம். காலையில் தூங்கி எழுவதிலிருந்து, உணவுக்காக தானியங்களைப் பொறுக்கி சேமித்துக்கொள்வது வரை எல்லாவற்றிலுமே மந்தநிலை. ஆனால் தன்னோடு கலந்து சிருங்கார சேஷ்டைகள் செய்வதில் மட்டும் எங்குமில்லா உற்சாகம் உதித்தெழுந்துவிடும். ஒரு வாரத்திற்குள் அதனுடைய சோம்பல், பெண் புறாவிடம் வருத்தத்தை ஏற்படுத்தியிருந்தது. சமயம் பார்த்து அதற்குப் புத்திபுகட்ட வேண்டுமென நினைத்திருக்கையில் இந்த உபத்ரவம் வந்து தொலைந்தது. தினந்தோறும் அலறுகின்ற ஒலிபெருக்கி அன்று ஒலிக்கவில்லை!

அது மெல்ல தன் கூட்டிலிருந்து வெளியே வந்து அப்படியும் இப்படியுமாக பயத்துடன் பார்த்தது. தன்னுடைய ஜோடிப்புறா எதிரில் தென்பட்டதும் அதனருகில் பறந்து சென்று ஒலிபெருக்கி ஒலிக்காததன் காரணமென்ன என்று கேள்விக்குறியுடன் முகத்தை நோக்கியது. ஆனால் அந்த ஆண் புறாவோ, "இன்று நான் உன்னைவிட முன்னால் எழுந்துவிட்டேன் பார்த்தாயா?" என்பதுபோல கர்வத்துடன் முகத்தைக் காண்பித்ததே தவிர, அதன் கண்களில் எந்தவிதமான பயத்தின் அறிகுறியும் வெளிப்படவில்லை.

இனி இலாபமில்லை என்று கருதி அது நேராக லௌட் ஸ்பீக்கர்கள் வைத்திருக்கும் இடத்திற்கே சென்று பார்த்தது. அப்பாடா! லௌட் ஸ்பீக்கர்களுக்கு எதுவும் நேரவில்லை. அது இருக்கவேண்டிய இடத்தில்தான் இருக்கிறது. ஆனால் அதிகாலையில் எப்போதும்போல ஏன் செயல்படவில்லை! ஒன்றுமே புரியவில்லையே! என்று நினைத்தபடியே ஒரு லௌட் ஸ்பீக்கரிலிருந்து மற்றொரு லௌட் ஸ்பீக்கர் வரை பறந்து செல்வதும், தன் அலகால் ஓரிண்டு முறை அவற்றை தட்டிப் பார்ப்பதுமாய் இருந்தது. அப்போதும் அதனால் காரணத்தை கண்டுகொள்ள முடியவில்லை. தினமும் நேரந்தவறாமல் நடந்துகொண்டிருந்த ஒரு செயல் நின்றுவிட்டதென்றால் ஏதோ காரணம் இருந்துதான் ஆகவேண்டும். நினைக்கும்போதே பயம் கவ்விப் பிடித்தது. ஏதோ, கேடு வரப்போகிறதென்று அதன் மனம் சொன்னதும் லௌட் ஸ்பீக்கரின் அருகிலேயே பயத்துடன் உட்கார்ந்துவிட்டது.

பரம்பரை பரம்பரையாக அதனுடைய வம்சம் மக்கா மசூதியிலுள்ள புறாக்கூடுகளில்தான் வாசம். அதனுடைய வயது என்னவென்று அதற்குத் தெரியாது. ஆனால் முட்டையை உடைத்துக்கொண்டு வெளிவந்த நாளிலிருந்து இப்படி ஒலிபெருக்கி மௌனமாகியிருப்பதைப் பார்த்ததில்லை. ஏதோ ஒரு துன்பம்

துரத்தி வரவில்லையெனில் இந்த ஒலிபெருக்கிகள் திடீரென்று மௌனம் சாதிப்பதுண்டா?

அது வெயில் நன்றாகத் தலைக்கேறும்வரை அப்படி திகிலுடன் அங்கேயே உட்கார்ந்திருந்தது. மெதுவாக வயிற்றில் பசியும் தாகமும் தோன்ற ஆரம்பித்தது. தொடர்ந்து இரண்டு விக்கலும் எடுத்தது. இனி ஒலிபெருக்கிகளைப் பற்றி சிந்திப்பதை விட்டு, வயிற்றுப்பசியைப் போக்குவதற்காக சிறகுகளை விரித்து மசூதி குளத்தருகில் இறங்கியது.

அங்கே இறங்கியதும் அதனையொத்த புறாக்களெல்லாம் மனக்கிளர்ச்சியுடன் குளத்தின்மேல் பறந்துகொண்டிருந்தன. அவற்றின் இரைச்சலுக்குரிய காரணம் கண்டுகொள்ள அதற்கு நிமிடம் பிடிக்கவில்லை.

மசூதியின் வளாகத்திற்குள் மனித அடையாளமே தென்படவில்லை! மிகவும் விசாலமான அந்த வளாகத்தில் வாழும் புறாக்களின் வைபவமே வைபவம். சுலபமாக பறப்பதற்குரிய பரந்த இடம். பசிக்காக உணவைத் தேடி அலையவேண்டிய அவசியம் எப்போதுமே இல்லை. அந்த மசூதியை காணவரும் பார்வையாளர்களின் கூட்டம் அவற்றுக்குத் தின்பண்டங்களை, பொறி, பொறிகடலை, போன்றவற்றை போட்டுக்கொண்டேயிருப்பார்கள். இனி தாகத்தைப் போக்கிக்கொள்வதற்கு குளம் நிரம்ப தழும்பி வழியும் தண்ணீர்.

இன்று ஏனோ தெரியவில்லை ஒரு மனிதன்கூட உள்ளே வரவில்லை! அப்படியென்றால் இன்று தங்களுக்குத் தீனி கிடைக்காதென்று அர்த்தம்! தீனியைப் பற்றி யோசிப்பதற்கு முன், முதலில் தாகத்தைத் தணித்துக்கொள்ள வேண்டும். அது நேரே குளத்துப்படியில் இறங்கி வயிறு முட்ட நீரைக் குடித்தது. நீர் தற்காலிகமாக வயிற்றை நிரப்பிவிட்டதால் குளக்கரையில் அமர்ந்தபடியே இன்று ஏன் மக்கள் கூட்டம் வரவில்லை என்ற யோசனையில் ஆழ்ந்துவிட்டது.

"இன்றைய நாள் விபரீதமான நாளாகவே தோன்றுகிறது! மொதல்ல லௌட் ஸ்பீக்கர்கள் ஒலிக்கல்லே. இப்போ ஜனங்கள் தங்களுக்குத் தீனி போடவும் வரல்லே"

என்ன நடக்குது?

அந்த கேள்விகளுக்குப் பதில் தெரியாமல் தவிக்க கடைசியில் சோம்பேறியான துணை புறாவும் கலக்கமடையத் தொடங்கி விட்டது.

என்னதான் நடக்கிறதென்று தெரிந்துகொள்வதற்காக அது மசூதியின் சுற்றுச்சுவரின்மேல் பறந்துசென்று நின்றது.

இம்முறை அது முழுவதுமாய் ஏமாற்றமடைந்தது. மசூதியின் மதிலுக்கு வெளியே சாலையில் ஒரு மனிதனைக்கூட பார்க்க முடியவில்லை. வெறிச்சோடிக்கிடந்த சாலையைப் பார்க்கப் பார்க்க, அதன் வயிற்றில் காலியானதற்கு அடையாளமாகக் கடபுட சத்தம் எழும்பியது. இனி அதனால் அமைதியாக உட்கார்ந்திருக்க முடியாமல் 'விர்'ரென வானத்தை நோக்கிப் பறந்தது.

எதிரில் சார்மினார், நான்கு கால்களையுடைய பூதமாய் தென்பட்டது. அந்த நான்கு கோபுரங்களில் ஒன்றின்மீது சென்று அமர்ந்தது. அவ்வளவு உயரத்திலிருந்து பார்க்கையில் சுற்றிலுமுள்ள பகுதிகள் தெளிவாகத் தெரிந்தன.

தினமும் மக்கள் நெரிசலுடன் நிரம்பி வழியும் சார்மினாரின் சுற்றுப் பகுதிகளெல்லாம் ஆள் அரவமின்றி அமைதியாகக் காட்சியளித்தது. கடைகளெல்லாம் மூடப்பட்டுள்ளன. தெருக்களில் ஜன நடமாட்டம் இல்லவே இல்லை. கைகளில் துப்பாக்கியைப் பிடித்தபடி காவல் காக்கின்ற போலீஸ்காரர்கள் மட்டுமே அதன் கண்களில் தென்பட்டனர்.

அவர்களெல்லாம் யார் என்று புரிந்துகொள்வதற்குரிய அறிவு அதற்கு இல்லையென்றாலும், அவர்கள் தினப்படி அதற்கு தென்படுகின்ற சாமான்யமான ஜனம் இல்லை என்பதை நன்றாகவே தெரிந்துகொள்ள முடிந்தது.

அதன் மனதில் விதவிதமான பயம், திகில், கவலை இங்கேயிருந்த மனிதர்களெல்லோரும் ஒரேயடியாய் எங்கே மாயமாகிப் போய்விட்டார்கள்? எப்படி?

அங்கே சூழ்ந்துள்ள பயங்கரமான நிசப்தம் அதை எல்லையில்லா பரிதவிப்பிற்குள்ளாக்கியது. ஜனங்களெல்லோரும் மாயமாகி கப்சிப் என்றிருக்கும் முக்கியமான இடத்தில் தன்னந்தனிமையில் விண்ணைத் தொட்டுக்கொண்டு நிற்கும் சார்மினார், உண்மையிலேயே, நான்கு கால்களைக்கொண்ட பூதமாகவே தெரிந்தது. அது நீண்டநேரம் இனி சார்மினார்மீது உட்கார்ந்திருக்க விரும்பாமல் பறந்து சென்று, தனது நண்பர் கூட்டத்தினிடையே இறங்கியது.

அதற்குள் அங்கிருந்த புறாக்களின் நிலைமை மிகவும் இரங்கத்தக்கதாய் மாறியிருந்தது. இதற்குமுன்னர் உணவுக்காகக் கஷ்டப்படவேண்டிய அவசியம் வரவில்லையென்பதால் இப்போது

அவை என்ன செய்வதென்று தெரியாமல் கழுத்தை டகடகவென்று திருப்பியபடியே கவலையுடன் தென்பட்டன.

அது தன்னுடைய ஜதையின் அருகில் சென்று அப்பாவியாய் நாற்புறமும் பரிதாபமாய் பார்த்தபடியே நின்றுகொண்டிருந்தது. அதனுடைய ஜோடிப்புறா பசியைத் தாங்கிக்கொள்ள முடியாமல் தின்பதற்கு ஏதாவது கிடைக்குமா என்ற நினைப்பில் தரையின்மேல் இங்குமங்குமாய் கூர்ந்து பார்த்துக்கொண்டிருந்தது. தரை முழுவதுமாய் சுத்தமாகத் துடைக்கப்பட்டதைப்போல காலியாய்க் கிடந்தது.

சிறிது நேரத்திற்குப் பிறகு அவை ஒவ்வொன்றாய் வானத்தை நோக்கி பறக்கத்தொடங்கியது. அந்த வெண்புறா பார்த்துக்கொண்டிருக்கும்போதே அதனுடைய ஜோடிப்புறாவும் அவற்றுடன் சேர்ந்து வானத்தில் பறந்து சென்றுவிட்டது.

பறப்பதற்கு முன்னால் அதனுடைய ஜோடிப்புறா ஒரேயொரு முறைகூட அதனை நோக்கிப் பார்க்காமல் சென்றுவிட்டதால் அது தன் தன்மானத்தை இழிவுபடுத்தியதாகக் கருதியது. "ச்சே, இந்த ஆண்வர்க்கமே இப்படித்தான்! தன் சுயநலத்தை நினைக்குமே தவிர, மனைவி என்றவள் இருக்கிறாள் என்ற நினைவுகூட அவர்களுக்கு வருவதில்லை.

தான் ஒரு பைத்தியம் தன்னுடைய கணவன் இரையைப் பொறுக்கிக்கொள்ளத் தாமதித்தபோதெல்லாம் எத்தனை முறை அதனைச் சுற்றிச் சுற்றி பறந்து உற்சாகப்படுத்தி, பறந்து கீழே வருமாறும், தன்னோடு சேர்ந்து இரையைப் பொறுக்கி உண்பதற்கும் வழிவகை செய்திருக்கிறேன்! இப்போது என்னடாவென்றால் தன்னைச் சிறிதும் பொருட்படுத்தாமல், தான் மட்டுமே பெரிதென்று நினைத்து பறந்து சென்றுவிட்டதே. இனி ஒருபோதும் அதனோடு ஜோடியாகக்கூடாது, என்றெல்லாம் நினைத்துக்கொண்டது.

புருஷன்மேல் இருந்த கோபத்தில் அது நீண்டநேரம் வரை குளத்தின் கரையிலேயே அதே நினைவில் உட்கார்ந்துவிட்டிருந்தது. மறுபடியும் தலையைத் திருப்பி பார்க்கையில், சுற்றுமுற்றும் ஒரு புறாவைக்கூட பார்க்க முடியவில்லை.

அது விரக்தியுடன் தலையை சிலிர்த்தது. இந்த உலகத்தில் யாருக்கு யார் துணை? அவங்கவங்க வயிற்றுப் பசியைப் பத்தி அவங்கவங்கதான் முடிவெடுக்கணும். கஷ்டப்படும்போது இன்னொருத்தர் வந்து உதவ மாட்டாங்க. புருஷன்மேல் இருக்குற கோபத்துல வயித்த காயப்போட்டால் நமக்குதான் நஷ்டமே தவிர அவனுக்கென்ன? தன்னைப் பற்றி சிறிதும் நினைத்துப் பார்க்காமல்

ஜாலியா கெடச்சதை சாப்பிட்டு அலைஞ்சிகிட்டிருப்பான்! அது மன வருத்தத்துடன் பறந்து சென்று மசூதியின் மதிற்சுவரின் மேல் நின்றது. கேட்டினருகில் சில போலீஸ்காரர்கள் துப்பாக்கிகளுடன் காவல் காத்துக்கொண்டிருந்தார்கள். கேட் மூடியிருந்தது.

அவர்களில் யாரையாவது ஒருவர் தனக்கு ஏதாவது கொஞ்சம் பொறியையோ, கடலையையோ, தானியப் பயிர்களையோ இரைக்க மாட்டார்களா என்ற நம்பிக்கையுடன் சிறிது நேரம் வரை அங்கேயே காத்துக் கிடந்தது. ஆனால் அவர்களுக்கிடையே அந்த ஒரு ஜாடையே தென்படாமல் போகவே, மற்றொருமுறை தலையைச் சிலிர்த்துக்கொணடு இனி இங்கிருப்பதால் பலனில்லை என்று கருதிப் ஹுப்பென விண்வெளியில் பறந்து போயிற்று.

அதற்கு அந்த அனுபவம் புதிது. எப்போதாவது ஜாலியாக ஊர்களைச் சுற்றிவர கிளம்புமே தவிர, இப்படி உணவுக்காக வயிற்றை கையில் பிடித்துக்கொண்டு ஆகாய வீதியில் அலைய வேண்டிய கர்மம் எந்த நாளும் ஏற்பட்டதில்லை.

பார்வையை முழுதுமாய் நிலத்தின்மேல் செலுத்தி எங்கேயாவது, அரிசி, பருப்பு, கோதுமை, கடலை போன்ற தானியங்கள் சிதறிக் கிடக்கின்றனவா என்று கவனித்தபடியே நீண்டதூரம் பறந்து சென்றது. ஒரு வீட்டின் மாடியிலிருந்து மற்றொரு வீட்டின் மாடி என்று ஒவ்வொரு இடமாகத் தேடி அலைந்தது. அதென்ன கர்மமோ அதற்குப் பசியாற எந்த ஒரு இரையும் கிடைக்காமல் போனதோடு தெருக்களில் ஒரு மனிதனைக் கூட பார்க்க முடியவில்லை. ஆனால் பெரும்பாலான இடங்களில் போலீஸ்காரர்கள் துப்பாக்கிகளுடன் அலைந்துகொண்டிருப்பதை மட்டும் காண முடிந்தது. அவர்களில் யாருமே தனது உணவை போட மாட்டார்களென்பது முன்னரே தெரிந்துகொண்ட விஷயமாதலால் அது அவர்களிருந்த இடத்தைப் பொருட்படுத்தாமல் தன்போக்கில் பறந்து சென்றது.

அப்படி பறந்து பறந்து சென்றுகொண்டிருக்கையில், ஓர் இடத்தில் மனிதர்களின் கூட்டத்தைப் பார்த்ததும்தான் அதற்கு உயிர் வந்தது போலிருந்தது. அம்மாடி! இனி, தனக்கு உணவு கிடைத்துவிட்டதுபோலத்தான்! என்று நினைத்தது.

ஆனால் சீக்கிரத்திலேயே அதன் ஆசை நிராசையாயிற்று. அந்தக் கூட்டத்தில் யாருமே அதற்குத் தீனி தரும் மனநிலையில் இருக்கவில்லை.

இரண்டு குழுக்களாகப் பிரிந்து ஒருவருக்கொருவர் சண்டைபிடித்துக் கொண்டிருந்தனர். சிலர் கற்களையும் கம்புகளையும் வீசி எறிய, சிலர் பெட்ரோல், மண்ணெண்ணெய்

போன்றவற்றை எதிரேயிருப்பவர்களின்மேல் வீசியெறிகிறார்கள். சீசாக்கள் வெடித்துச் சிதற, சிலர் தீக்குச்சியை உரசி தூக்கி எறிகிறார்கள். தீப்பிடித்து நாற்புறமும் தீ நாக்குகள் பரவி உயர உயர எழும்பி புகைமூட்டத்துடன் எரிய சிறுவர்களும், பெரியவர்களும், பெண்களும், கத்தலும் கதறலுமாய் தங்கள் உயிர்களைக் காப்பாற்றிக்கொள்ள, இங்குமங்குமாக திக்குத் தெரியாமல் ஓடிக்கொண்டிருக்கிறார்கள்.

கத்தல்!

கதறல்!

அழுகைக் குரல்கள்!

கூச்சல் குழப்பங்கள்!

பயங்கர இரைச்சல்!

அந்த ஆபத்தான சூழ்நிலையைப் பார்த்ததும் அதனுடைய இதயமே நின்றுவிடும்போல் படபடத்தது. ஒரு நிமிடமும் தாமதப்படாமல் உடனே அங்கிருந்து பறந்துசெல்லத் தொடங்கியது.

அன்று முழுவதும் அது பட்டினியாய்க் கிடக்கவேண்டி வந்தது.

இருள் சூழும் நேரம். அந்த நேரத்தில் எங்கு செல்வதென்று தெரியாமல் ஒரு சின்ன கோயிலின் கோபுரத்தின் மீதுள்ள பொந்தில் அன்றைய இரவு தலையை நுழைத்துக்கொண்டது.

மசூதிப் புறா கோவிலுக்குள் வந்துவிட்டதே! என்று அதை யாருமே ஆட்சேபிக்கவில்லை. கடவுளுக்கு எல்லா உயிரினங்களும் சமம் என்பது அந்தக் கடவுளுக்கே தெரியுமோ இல்லையோ? ஆனால் அதற்கு மட்டும் கோவில் கோபுரம், மசூதிமினார், சர்ச் சிகரம் எல்லாமே ஒன்றுதான். அவற்றிற்காகச் சண்டையிட்டு சாகும் அறிவாற்றல் மனிதர்களுக்கு மட்டுமே– அவற்றுக்கு இல்லை.

அன்றைய ராத்திரி, கெட்ட இரவாகவே கழிந்தது. கண்ணிமைகள் மூடிக்கொள்ளத் தொடங்கும்போது திடீரென்று எங்கிருந்தோ பயங்கரமான கதறல்கள், அடி, கொல்லு, பிடி, விடாதே என்ற வெறித்தனமான சொற்கள் கேட்டுக்கொண்டிருந்தன. மற்றொரு புறம் பக் பக்கென தீயின் எரிச்சல். இவை எல்லாவற்றையும் பார்த்து அது கிடுகிடுவென நடுங்கியவாறு பொந்துக்குள் இன்னும் சற்று உள்ளே நுழைந்து இறுக்கிக்கொண்டு தன்னை காப்பாற்றிக்கொள்ள முனைந்தது.

ஒருவழியாய் விடிந்துவிட்டது. கிழக்கில் சூரிய கிரணங்கள் உரைக்கத் தொடங்கியதும் அது மெதுவாக வெளியே வந்தது.

ஒருமுறை பக் பக்கென்றபடியே சுற்றுமுற்றும் பார்த்தது. எங்குமே எந்தவிதமான சத்தமும் கேட்கவில்லை. அந்தப் பிரதேசம் முழுமையாய் வெறிச்சிட்டுக் கிடந்தது.

தன்னோடிருந்த நட்புகளுக்காக மனம் ஏக்கமுற்றது. தன்னுடைய ஜோடி ஆண்புறா செய்த தவறை எப்போதோ மறந்துவிட்டது. அதை தேடிப்பிடிப்பதற்காக அங்கிருந்து வெளியேறியது.

ஆனால் தன்னோடு தங்கியிருந்த வெகுநாள்வரை சினேகத்துடன் பழகிய புறாக்கள் தென்படவில்லை. தேடித்தேடி களைப்புடன் ஒரு மரத்தின்மேல் வந்து அமர்ந்தது. திடீரென்று அதன் மனதில் திகில் பற்றிக்கொண்டது.

என்னதானாயிற்று இந்த பாழாய்ப்போன மனிதர்களுக்கு?

திடீரென்று ஏதாவது மாயரோகம் பிடித்துக்கொண்டதா?

இவ்வாறெல்லாம் அதன் மனம் நினைத்துக்கொண்டிருந்த நேரத்தில் பயங்கரமான அலறல் கேட்டது. திடுக்கிட்டு சப்தம் வந்த திசையை நோக்கித் திரும்பியது.

யாரோ ஒரு சிறுமி, பன்னிரண்டு, பதிமூன்று வயதுக்குள் இருக்கலாம். தோளிலிருந்து தொங்கிக்கொண்டிருந்த துண்டில் எதையோ முடித்துவைத்துக் கொண்டிருந்தாள். அவள் பின்னாலேயே நான்குத் தடிமாடுகள் வெறிபிடித்தவர்களைப்போல துரத்திக்கொண்டே வந்தார்கள். அந்த நான்கு முரடர்களிடமும் நீண்ட கத்திகள் இருந்தன.

"அடிங்க... வெட்டுங்க... கொல்லுங்க..." என அந்த நால்வரும் கத்தியபடியே கொலைவெறியுடன் அந்தச் சிறுமியை விடாமல் துரத்திக்கொண்டே வந்தனர்.

அந்தச் சிறுமி அவர்கள் கைகளில் பிடிபடாமல் ஓடியபடியே அந்த மரத்தினருகில் வந்துவிட்டாள். ஆனால் நீண்டதூரம் ஓடி வந்ததால் அதற்குமேல் வேகமாக ஓட முடியவில்லை. அவர்களின் கைகளில் சிக்கிக்கொண்டாள். உடனே அந்த நால்வரின் கைகளும் மேலே உயர்ந்தன. அதைப் பார்த்ததும் அந்தச் சிறுமி கடைசி முறையாக ஒரேயொருமுறை பேய்க்கத்தல் எழுப்பினாள்.

இதயத்தையே வெடித்துச் சிதறவைத்த அந்தக் குரல் நடுவிலேயே நின்றுவிட்டது.

அந்தச் சிறுமியின் தலை வேறு, முண்டம் வேறாகி தரையில் விழுந்து துடித்தது. அந்த நால்வரும் பிசாசுகளைப்போல சிரித்தபடியே சுற்றிச் சுற்றி வந்து கத்திகளை சுழற்றியபடியே

சிறிதுநேரம் வரை ராட்சக்ஷ தாண்டவமாடினர். அதன்பிறகு அங்கிருந்து மறைந்துவிட்டனர்.

அதுவரைக்கும் அந்த மரத்தின்மேல் பனிக்கட்டியாய் உறைந்த நிலையில் பயந்து நடுங்கியபடி இலைகளின் மறைவில் பதுங்கிக்கொண்டிருந்த அந்தப் புறா, சற்றே தெளிவு வந்ததாய் உடனே அங்கிருந்து ஓடிவிடவேண்டும் என்ற துடிப்புடன் இறக்கைகளை விரித்ததும் அதனுடைய பார்வை நிலத்தில்பட்டது. என்ன ஆச்சரியம்" அந்த சிறுமியைக் கொன்று போட்டிருந்த இடத்திற்கு அருகில் அரிசி சிதறிக் கிடந்தது.

அந்த அரிசியை காப்பாற்றிக் கொள்வதற்காகத்தான் அந்தச் சிறுமி உயிரைப் பணயம் வைத்து ஓடி வந்திருக்கிறாள். பாழாய்ப் போன அந்த முரடர்கள் எதிரியென்று நினைத்து இனவெறியுடன் சிறுமி என்றும் பார்க்காது கொலை செய்ய எப்படித்தான் மனம் வந்ததோ ?

கடைசி உயிர் இருக்கும்வரை அந்தச் சிறுமி அந்த அரிசி மூட்டையை கையில் பத்திரமாகப் பிடித்துக்கொண்டுதானிருந்தாள். அவள் உயிர் பிரியும் நிலையில்தான் அந்த அரிசி மூட்டை அவிழ்ந்து கீழே சிதறியிருக்கிறது.

அந்த அரிசியைப் பார்த்ததுமே அது மரத்திலிருந்து ரிவ்வென பறந்து கீழே இறங்கி வந்து ஆசை ஆசையாய் ஆவலுடன் அவற்றை கொத்தித்தின்னத் தொடங்கியது. அதன் அருகாமையில் இரண்டு துண்டாய் வெட்டப்பட்டு கிடக்கின்ற அந்தச் சிறுமியின் சடலம் அப்போது அதன் மனதில் இம்மியளவும் பயத்தை ஏற்படுத்தவில்லை.

1. இறந்துபோன அந்தச் சிறுமி எம்மதத்தைச் சேர்ந்தவளாக யிருப்பினும் அவளைக் கொலை செய்தவர்களின் மதம் எதுவாயினும் மரணத்திற்கு மதம் இல்லை.
2. அவளின் அருகில் இரைந்து கிடக்கின்ற அந்தத் தானியங்களுக்கும் மதம் என்பது இல்லை.
3. பசிக்கும் மதம் இல்லைதான்.

பயங்கரப் பசி அதற்கு. அங்கு சிதறிக்கிடந்த தானியங்களை கொத்தித் தின்பதில் தன்னை மறந்து மூழ்கிவிட்ட அதே நேரத்தில் பின்னாலிருந்து சப்தமிடாமல் தன்னைநோக்கி வருகின்ற போக்கிரிப் பூனையை கவனிக்கத் தவறிவிட்டது.

அந்த போக்கிரிப் பூனையும் அதைப்போலவே பசியோடு இருந்தபேதும் ஒரே பாய்ச்சலாக வந்து பிரளயமாய் அதன் மீது

விழுந்தது. என்ன நடக்கின்றதென்பதை புரிந்துகொள்வதற்கு முன்பே அதன் கழுத்து கோரப்பசியுடனிருந்த பூனையின் வாயில் அகப்பட்டுக்கொண்டது.

தன்னை காப்பாற்றிக்கொள்ள துடிதுடித்தது; அந்த அழகிய புறா!

ஆனாலும் பிரயோஜனமில்லை.

இறக்கைகளை படபடவென அடித்தது அந்த வெண்புறா!

இருந்தும் லாபமில்லை.

கால்களால் உதைத்தது அந்தப் பெண்புறா. என்றாலும் பயனில்லை.

அந்தச் சிறுமியின் சவத்தினருகில் அதனுடைய இறக்கைகள் உதிர்ந்து கிடந்தன.

வெண்மையான அதன் நிறம் சிவப்பாய் மாறி எவருடைய வாய்க்கும் கிடைக்காமல் அந்தத் தானியங்கள் மண்ணோடு மண்ணாய்...

●

தாய்ப்பால்

"குடிம்மா கண்ணு! சீக்கிரமா குடிச்சிக்கோம்மா! என் தங்கம்! குடிம்மா! எனக்கு டைம் ஆகுது கண்ணு! பஸ் வந்திடும், சீக்கிரமா குடிம்மா! என்ன குழந்தைடி நீ! ரெண்டு மடக்கு உறிஞ்சி சப்பினதுமே கண்ணை மூடிக்கிறே. மறுபடியும் அரைமணி நேரத்திலேயே பசிக்கு அழ ஆரம்பிச்சுடுவே! வயிறு முட்ட குடிச்சிடுடி தங்கம்! இப்பதிலிருந்து நான் ஆபீஸுக்கும் போகணும். அதுக்கப்புறம் சாயங்காலம் திரும்பி வர்ற வரைக்கும் அம்மாகிட்ட பால் குடிக்க முடியாது. புட்டிப் பால்தான். என்னதான் அழுது ஆர்ப்பாட்டம் செஞ்சாலும் உனக்கு அம்மா பால் கிடைக்காது. குடி, குடிச்சிடுடி கண்ணு." குழந்தையை உலுக்கி எழுப்பி எப்படியாவது தன் மார்பில் சுரக்கும் பாலைக் குடிக்க வைத்துவிட வேண்டுமென்று முயன்று பார்க்கிறதுஅந்தத் தாயுள்ளம்.

கன்னத்தில் சுண்டினாலும், காதில் கிள்ளினாலும், தொடையில் கிச்சுகிச்சு காட்டினாலும், திடுக்கிட்டுக் கண்களைத் திறந்து பார்த்து ஒருமுறை மார்புக்காம்பை உறிஞ்சி சப்புக்கொட்டி மறுபடியும் கண்களை மூடித் தூக்கத்தில் ஆழ்ந்துவிடுகிறது, அந்த பிஞ்சுக் குழந்தை. "அதென்னமோடி கர்மம், உனக்கு வாயில வச்சதுமே தூக்கம் வந்துடுது!" தாய் நொந்துகொண்டே குழந்தையைப் படுக்கையில் கிடத்திவிட்டு, ஜாக்கெட்டைச் சரி செய்துகொண்டு எழுந்து நின்றாள். ஆபீஸிற்குப் போவதற்குள்

குழந்தைக்கு வயிறார பால் குடிக்க வைத்துவிட வேண்டுமென்பது அந்தத் தாயின் ஆதங்கம்! ஒரு மாதம்கூட ஆகாத சின்னஞ்சிறிய சிசுவை விட்டுவிட்டுப் போவதற்கு ஒரு பக்கம் வருத்தம். ஆனால் அந்தக் குழந்தையோ, "வீட்டு வேலைக்குப் போவாயோ, இல்லை நாட்டைத்தான் ஆள்வாயோ எனக்கென்ன? பசிச்சாதான். மறுபடியும் எழுந்திருப்பேன்.

இப்ப என்னை நிம்மதியா தூங்கவிடு, உன் மடியில், உன் முந்தானையைப் பிடிச்சிகிட்டு தூங்குறேன்" என்று சொல்வதைப்போல விரல்களை இறுக மூடிக்கொண்டு, உதடுகள் இறுக்கி, இனி குடிக்கவே மாட்டேன் என்று கண்களை மூடித் தூங்கிப்போனது குழந்தை, தாய்க்கும் பிள்ளைக்குமிடையில் நடக்கும் அன்புப் போராட்டத்தைப் பார்த்துப் பாட்டியம்மா சிரித்துக்கொண்டாள். எதுக்குடி இந்த பைத்தியக்காரத்தனமெல்லாம்? பிஞ்சுக் குழந்தை, அது அவ்வளவுதான்! உங்கிட்டே பால் இருக்குங்குறதுக்காக எல்லாத்தையும் ஒரேடியா குடிச்சிடுமா என்ன? அதுக்கு சின்னோண்டு வயிறு.

ஒத்த சங்கோ ரெண்டு சங்கோபோதுமே! அதுவும் அம்மா மடியில படுத்துக்கிட்டு அந்த வெதுவெதுப்புலயே தூங்கணுமுன்னு நெனக்கும்!" என்றார் அந்தக் குழந்தையைப் பெற்றவளின் அம்மா. "அதில்லைம்மா,இவ்வளவு பால் இருந்தும் குடிக்கமாட்டேங்குறாளே" மகளின் அப்பாவித்தனமான கம்ப்ளையின்ட். "அவ்வளவுதாம்மா, அதுங்க நம்மகிட்ட பால் ஊறும்போது குடிக்க மாட்டாங்க. அவங்க குடிக்க ஆரம்பிக்கிறப்போ நம்மகிட்ட பால் குறைஞ்சி போயிடும். ஒரே தடவையில சின்னக் குழந்தைகளால குடிக்க முடியாதுங்குறதாலதானே ஒரு மணி நேர்த்துக்கொருமுறை குடிக்க வைக்கிறது! இரண்டு மாதம் வந்ததும் இன்னும் கொஞ்சம் கூடுதலா குடிப்பாங்க.

இப்போ அவுன்ஸ் பால் போதுமே! அவங்க வயிறு நிரம்பிடும்" அந்தத் தாய், தன் மகளுக்கு விளக்கம் தந்தார். "புறப்படு! ஒன்பதரை ஆகிவிட்டது. அப்புறம் பஸ்ஸைப் பிடிக்க முடியாது" "அம்மா, பாட்டிலை ஸ்டெரிலைஸ் செஞ்சி வெச்சிருக்கேன். பாலையும் நல்லா காய்ச்சி வச்சிட்டேன். சரிக்குச் சரி வென்னீர் கலக்கச் சொன்னாங்க டாக்டர்." என்று அம்மாவிடம் பொறுப்புகளை எடுத்துச் சொன்னாள்.

"தெரியும்டியம்மா எனக்கு. நீ மொதல்ல புறப்பட்டுப் போய்ட்டுவா. எல்லாம் நான் பார்த்துக்கறேன்" சிரித்துக்கொண்டே சொன்னது அனுபவம்.

குழந்தையை ஒருமுறை பார்த்தவள் விட்டுப்போக மனமில்லாமலேயே காலணிகளுக்குள் கால்களை நுழைத்தாள் ஆபீஸ் செல்லும் அந்தத் தாய்!

டைப்செய்த காகிதங்களுக்குள் தவறுகளைத்தேடிக்கொண்டிருக்க, காகிதம் நனைந்து எழுத்துகள் மெழுகிவிடப்பட்டாற்போல் தோன்றியதும் கண்ணாடியை ஒரு முறை துடைத்து பார்வையை சரிசெய்ய முனைந்தாள். அப்போதும் மங்கலாகத் தெரியவே தண்ணி, எப்படி விழுந்தது? என்று புரியாமல் குழம்பியவள் அது தண்ணீரல்ல, ஜாக்கெட்டிலிருந்து வழிந்த அமிர்தப் பால் என்று தெரிந்துகொள்ள ஒரு நிமிடம் பிடித்தது மீனாட்சிக்கு.

ஜாக்கெட் நனைந்து சேலையை நனைத்துக்கொண்டிருக்கும் பாலைப் பார்த்து, பயந்து போனாள். முந்தானையால் தோளைச் சுற்றி மூடிக்கொண்டு, சடாரென எழுந்து பாத்ரூமை நோக்கி விரைந்தாள்.

நாடி நரம்புகளெல்லாம் சேர்த்து வைத்து இழுப்பதுபோல வலி, ஜாக்கெட் முழுசா நனைந்துவிட்டிருந்தது. அத்துடன் திட்டுத் திட்டாகக் கறையும் ஏற்பட்டிருந்தது. என்ன செய்வதென்றே புரியவில்லை அவளுக்கு. கைக்குட்டையை நனைத்து மார்பை நன்றாக சுத்தம் செய்து துடைத்துக்கொண்டவள் வேறு வழியில்லாமல் கழுத்தைச் சுற்றி முந்தானையால் போர்த்தியபடி மறுபடியும் வந்து நாற்காலியில் அமர்ந்துகொண்டாள்.

தன்னை யாராவது பார்க்கிறார்களா என்று சுற்றுமுற்றும் கண்களைச் சுழலவிட்டாள். நல்லவேளை யாருமே பார்க்கவில்லை. அவரவர் வேலையில் அவரவர் மூழ்கிக்கிடந்தனர்.

“இப்படியெல்லாம் தானாகவே பீறிட்டு வெளிவருமா? குழந்தை பால் குடிக்க மறுத்ததால் இப்படி ஆயிடுச்சா? தன் சந்தேகங்களை நிவர்த்தி செய்து கொள்ளலாமென்றால் தன்னுடைய செக்ஷனில் வேலை பார்க்கிற பெண்களெல்லாம் இன்னும் திருமணமாகாதவர்கள். தினமும் இப்படி நடந்தால் என்ன செய்வது? எவ்வளவு அவஸ்தை! ஜாக்கெட்டில் கறை முந்தானையால் இழுத்துப் போர்த்திக் கொண்டு என்ன சிரமம்! திரும்பவும் பஸ்ஸுக்காகக் காத்துக் கிடக்கும்போது வழிய ஆரம்பித்துவிட்டது!” வீட்டிற்குச் சென்றதும் அம்மாவிடம் முறையிட்டுக் கொண்டாள் மீனாட்சி.

“காலையில் கொடுத்துட்டுப் போனே, வீட்ல இருந்தியானா நாலைஞ்சு தடவையாவது குழந்தை குடிச்சிருக்கும். பாலு ஊறி நிரம்பிடுச்சின்னா வழியவும் செய்யும். வலி எடுக்கவும் செய்யும்.

மொதப் பேறுகாலம், அதுலயும் பச்சை உடம்புக்காரி. பால் இருக்கத்தானே செய்யும்!" ஆறுதல் வார்த்தைகளால் மகளைத் தேற்ற முயன்றார் வரலட்சுமி.

"என்னமோம்மா, உங்க உத்தியோகங்களும் நீங்களும்? முப்பது நாள் கூட முழுசா முடியாத சின்னஞ்சிறு சிசுவை, எட்டு மணி நேரத்துக்கும் மேலேயே பிரிஞ்சிருந்தா தாய்க்கும் நல்லதில்லை, குழந்தைக்கும் நல்லதில்லை. குறைஞ்சது மூணு மாசமாவது லீவு போட்டுட்டுப் பேசாம வீட்ல இருந்துடு. சம்பளத்தைப் பற்றி யோசிக்காதே! உடம்புல கொஞ்சமாவது தெம்பு வரணுமில்லையா? காலையில எழுந்திருச்சி அரக்கப்பரக்க காரியங்களை முடிச்சி, பஸ்ஸைப் பிடிச்சி, கூட்டத்துல தொங்கிக்கிட்டே ஆபீசுக்கும் வீட்டுக்குமாக அலைஞ்சா உடம்பு என்னத்துக்கு ஆகும்? எங்க காலத்துல இருபத்தோரு நாள் வரைக்கும் கட்டிலைவிட்டு எறங்க விடமாட்டாங்க பெரியவங்க! நாற்பது நாள் வரைக்கும் சுக்கு உருண்டை, பக்குவமா வேகவச்சி சாதத்துல, கிண்ணம் நெய்யை விட்டுக் கொடுப்பாங்க வயித்த இறக்கிக் கட்டுனாத்தான் பின்னால வயிறு தெரியாம இருக்கும்.

நாற்பது நாள் வரைக்கும் சமையற்கட்டுக்குள்ள நுழையவே அனுமதிக்கமாட்டாங்க! என்ன கலிகாலம்மா.. ச்சேச்சே.. மாதம் முழுசா கழியிறதுக்கு முன்னாடியே அலையறதும், ஆபீஸுக்குப் போறதும், பாலைக் குழந்தைக்கு கொடுக்க முடியாம, பீச்சி நிலத்துல கொட்டுறதும் என்னமா கீரைத்தண்டாட்டம் எளச்சி போயிட்டேடி. பெத்தவ சொல்றேம்மா பேசாம லீவு எடுத்துக்கோ! அந்த பச்சப்புள்ள ரப்பரை வாயில வச்சாலே மூஞ்சியைச் சுளிச்சிக்கிட்டு ஒமட்டிக்கிட்டும் பாலை குடிக்கிறதேயில்லை. பால் புட்டியை வாயில் வச்சாலே துப்பிடுறா! பசிக்கு ஒரே அழுகை.. "

"அப்ப பாலே குடிக்கல்லியா குழந்தை?" தவிப்புடன் கேட்டாள் மீனாட்சி.

"சங்கோட பலவந்தமா புகட்டினேன். அதுக்காத்தான் முதல்லயே பாட்டில்ல கொடுத்து பழக்கப்படுத்திடுடீன்னு சொன்னேன். கொஞ்சம் தண்ணிய பாட்டில்ல விட்டு வாயில வச்சிப் பழக்கப்படுத்திடனும். இல்லேன்னா சரிப்பட்டு வராது. சரி.. சரி.. நீ போ! அவ எழுந்திரிக்கிறதுக்குள்ளே கை கால அலம்பிடு காபியோ, ஹார்லிக்ஸோ குடிச்சிட்டு வா.!"

காபியைக் குடித்துக்கொண்டே "அம்மா! பாலு இப்படி வழிஞ்சா ஆபீஸ்ல எப்படிமா வேலை செய்யறது? யாராவது பார்த்துட்டா வெட்கத்தோட சாகணும்போல தோணும்"

“லீவு போட்டு வீட்ல இருந்துக்கன்னு சொல்றேனில்லையா! மூணு மாசம் ஆயிட்டா இவ்வளவு பால் இருக்காது. அதுவுமில்லேன்னா டாக்டர்கிட்ட பால் குறையறதுக்கு மாத்திரை எழுதி வாங்கிச் சாப்பிடு. பின்னால பால் ஊறாம போயிட்டா என்ன செய்வே? அதுவும் முடியலேன்னா ரெண்டு மூணு மணிக்கு ஒரு தரம் பாத்ரூமுக்குக் போயி பாலை பீய்ச்சி நெலத்துல கொட்டிடு.. கூடவே ஒரு ஜாக்கெட்டை ஹேன்ட்பேக்கில் எடுத்துட்டுப்போ.. அவசரத்துக்கு உதவும்“ என்று தனக்குத் தெரிந்த ஆலோசனைகளையெல்லாம் கூறி மகளைச் சமாதானப்படுத்தினார் வரலட்சுமி.

லீவு இருந்தா எதுக்காக இத்தனை கஷ்டப்படப் போகிறாள் மீனாட்சி? மெடர்னிடி லீவு மொத்தமே மூன்று மாதம்தான் குழந்தை பிறந்ததும் வாங்கிக் கொள்ளத்தான் நினைத்திருந்தாள். ஆனால் எட்டாவது மாதத்திலிருந்தே பிளீடிங் பிராப்ளம் ஆரம்பித்துவிட்டது. டாக்டர் கம்ப்ளீட் பெட் ரெஸ்ட் சொல்லிவிட்டார். அதற்குள் பெரும்பாலான லீவு கழிந்து விட்டிருந்தது. கல்யாணமான பின் இரண்டு வருடங்கள் குழந்தை வேண்டாமென்று — வேண்டுமென்று நினைக்கையில் மேலும் இரண்டு வருடங்கள் கடந்துவிட்டன. கர்ப்பம் தரித்த பின்னும் பல்வேறு தொல்லைகள். லீவு எல்லாமே காலி! இனிமேல் லீவு எடுத்தா சம்பளத்துல பிடிச்சிடுவாங்க!”

லீவு என்ற பேச்சை எடுத்ததுமே கணவன் சுப்பாராவ் திடுக்கிட்டவனாய் “சம்பளம் குறைஞ்சிடும் வீட்டுக்கடனை எப்படிக் கட்டுறது?” என்று கூறிவிட்டான்.

சுப்பாராவ் வாங்கும் சம்பளத்தில் தான் வீட்டு நிர்வாகம் நடந்தது. மனைவியின் சம்பளம் அப்படியே ப்ளாட் லோன் கட்டுவதற்குப் போய் சேர்ந்துவிடும் முழுசா சேர்த்துவைத்து வீடு வாங்குவதோ, கட்டுதவோ முடியாத காரியம். இப்படிக் கடன் வாங்கினால்தான் குழந்தைகள் வளர்ந்து பெரியவர்களாவதற்குள் வீட்டுக்காக வாங்கிய கடன் செலுத்திவிடலாம் என்று முடிவெடுத்துத்தான் லோன் வாங்கியிருந்தார்கள்.

“இல்லே— பச்சை உடம்புக்காரி. இப்பவே ஆபீஸுக்கு எதுக்குன்னு அம்மா சொல்றா” மீனாட்சி முணுமுணுத்தாள்.

“நம்ப பிரச்சனை நமக்கு. அவங்களுக்கு என்ன தெரியும்? வீட்டுச் செலவுக்கும் கடனைத் தீர்ப்பதற்கும் என் சம்பளம் மட்டுமே சரியாகிப் போகுமா? ஒரு மாதம் கட்டவில்லைன்னாலும் பேங்க்காரன் சும்மாயிருக்க மாட்டான். அதுமட்டுமில்லாமல்

அடுத்த மாதம் டபுளா கட்டவேண்டி வரும்! என்ன செய்யறது? மத்த பெண்களும் குழந்தையைப் பெத்துக்கத்தானே செய்யறாங்க. ஆபீசுக்குப் போகாமலா இருக்காங்க?" என்று நியாயம் கற்பித்தான் சுப்பாராவ். இதற்கு மேலும் சொல்வதற்கு எதுவுமே தோன்ற வில்லை மீனாட்சிக்கு

"என்னம்மா — குழந்தைக்கு இவ்வளவு மோசமா வயித்துப் போக்கு ஏற்பட்டிருக்கு! டாக்டர்கிட்டே காட்டணும்ங்கிறது தோணலியா? மேலும் படிச்சவங்க நீங்க!" டாக்டர் மென்மையாக தவறை சுட்டிக் காட்டினார்.

"புட்டுப்பால் புகட்ட ஆரம்பிச்சதுனால பிடிக்காம இப்படி ஆயிடிச்சி டாக்டர்!" என்று மீனாட்சி தயக்கத்துடன் பதில் சொன்னாள்.

"இப்பவே எதுக்காகப் புகட்டுப் பால் ஆரம்பிச்சீங்க? ஏன்.. உங்ககிட்ட பால் இல்லையா?"

"பால் இருக்கு டாக்டர். ஆபீசுக்குப் போறதால மூணு நாலு தடவை போட்டுப் பால் கொடுக்க வேண்டியதாயிருக்கு..."

"அதுக்குள்ளே ஆபீஸா! மூணு மாசம் வரைக்கும் லீவு இருக்கில்லையா?"

"லீவு முன்னாடியே நெறய எடுத்தாச்சி டாக்டர்" என்று எல்லா விவரத்தையும் சொல்ல ஆரம்பித்தாள் மீனாட்சி

"அப்படின்னா பால் இருக்கிறப்போ பாட்டிலுக்குள் பீய்ச்சி பிரிஜ்ஜில் வைத்து விட்டு குழந்தைக்குத் தேவை ஏற்படும்போது கொடுத்துக்கலாமே?"

மீனாட்சி ஆச்சரியத்துடன் பார்த்தாள். டாக்டரின் பேச்சு அவளுக்குப் புதுச் செய்தியாகத் தெரிந்தது.

"அப்படியெல்லாம் செய்யலாமா?"

"பெஸ்ட் ரிகவரி" என்று மெடிக்கல் ஷாப்பில் கிடைக்கிறது. பம்ப் செஞ்சா பிரஸ்ஸர்ல பால் சீசாவுக்குள் வடிந்து விழும். குழந்தைகளை இழந்த தாய்மார்கள், மார்பில் பால்கட்டி வலியோடு அவஸ்தைப்படுபவர்கள் பெஸ்ட் ரிகவரியை உபயோகித்து, பாலை உறிஞ்சி எடுத்து வெளியே கொட்டி விடுவார்கள். நீங்க அதை வாங்கி உபயோச்சுக்கோங்க. வயித்துப் போக்கு குறையிற வரைக்குமாவது இந்த மெடிசன் வாங்கித் தாங்க. நடுநடுவுல கொதிக்க வைத்து ஆறிய வெல்லத் தண்ணியும், உப்புக் கரைசலும் கொடுங்க" என்று டாக்டர் ஆலோசனை கூறினார்.

“நல்லாத்தானிருக்கு. பசுமாடு, எருமை மாட்டுப் பாலைப் பிய்ச்சிறாப்புல மனுஷிங்க பாலையும் பீய்ச்சி பத்திரப்படுத்திக்கிறது..! எப்படிப்பட்ட காலம் வந்திடுச்சி? தாயின் மடியில் படுத்துக்கிட்டு ஆசையா குடிக்கவேண்டிய குழந்தைகளுக்கு.. தாய்ப்பாலை சீசாவுக்குள் நிரப்பி.. என்ன சம்பாத்தியமோ என்ன வேலையோ..?” விரக்தியுடன் சிரித்தார் வரலட்சுமி மகளின் நிலையைக்கண்டு.

மிகப்பெரிய பொறுப்பு தன்மேல் சுமத்தப்பட்டதைப்போலவும் தனிமையில் உதவியற்ற நிலையில் விடப்பட்டதைப்போலவும் தோன்றியது மீனாட்சிக்கு. கடைசிச் சொட்டு பாலைக் கூட விட்டு வைக்காமல் சுரந்துவிடுகின்ற பிசினாரி பால்காரனைப் போல மார்பில் ரத்தம் வரும் அளவிற்கு வலியைத் தாங்கிக் கொண்டு பாலைப் பிழிந்து கொண்டிருப்பது தாங்கமுடியாத வேதனையைத் தந்தது. எதுக்காக குழந்தைகளைப் பெத்துக் கொள்ளனும்? எதுக்காகப் பால்கூட கொடுக்க முடியாமல் அவஸ்தைப் படனும்? இத்தனை கஷ்டப்பட்டு எதுக்காக உத்யோகம் பார்க்கணும்...?

இதுவா பெண்களுக்குக் கிடைத்திருக்கும் சுதந்திரம்? பெண் முன்னேற்றம்? எந்த அளவுக்குப் பொருளாதார சுதந்திரம் எனக்கு ஏற்பட்டிருக்கிறது? வாங்கிய பணத்தை அப்படியே வாங்கிய கடனுக்காகக் கொட்டிவிடுகிறேன். வீட்டிற்காக, பிரிஜ்ஜுக்காக, டி.வி., கிரைண்டர், குக்கர்களுக்காக.. ஏதாவது கேட்டால் இதெல்லாம் உங்க சௌகரியத்துக்காகத்தானே, உங்க சந்தோஷத்துக்குத்தானே’ என்று பெண்கள்மேல் பழியைப் போடுற கணவன். வாயை மூடிக்கொண்டு செக்குமாட்டைப் போல ஆபீஸுக்கும், வீட்டுக்கும் அலைய வேண்டியதுதான்”

“என்னடியம்மா.. கூப்பிட்டுக்கிட்டேருக்கேன். காதுல வாங்கிக்காம யோசனை?”

“ஒன்றுமில்லேம்மா.. பாலை சீசாவுக்குள் பத்திரப்படுத்துவதைப் பத்தித்தான்.. கொஞ்ச நாள் போனா “புத்தம் புதிய தாய்ப்பால் இங்கு கிடைக்கும்“ என்று போர்டு மாட்டி விற்கும் காலமும் வந்துடலாம்! அதுக்கும் மேலே பாலை “பாஸ்டைரஜ் செய்து, பாக்சரைஜ்ட் மில்க்‘காக வேலைக்குப் போற தாய்மார்கள் குழந்தைகளுக்கு வாங்கிக்கொள்ளலாம்போலும்!’

“நல்லாத்தானிருக்கு உன் யோசனைகள்? ஒருவேளை அப்படிப்பட்ட நாட்கள் வந்தாலும் வரலாம்!”

அம்மா ஊருக்குச் செல்லும் நாள் நெருங்கி வரத் தொடங்கியதும் பெரிய திகில் பிடித்துவிட்டது மீனாட்சிக்கு. அம்மாவைப் பிரிந்திருக்க வேண்டுமென்ற பயம் மட்டுமல்ல. குழந்தையை

கிரிச்சில் விட வேண்டுமே என்ற வருத்தமும் திகிலும்தான். இவ்வளவு சின்னக் குழந்தையை காலையில் தயார்ப்படுத்தி பால்பாட்டில் துணிகள், மருந்துகள் மற்றும் தேவையான அனைத்தையும் முடித்தெடுத்து வைத்து மைல்கள் தூரத்திலிருக்கும் கிரச்சில் வீட்டு வருவதும் தூக்கி வருவதும் சமைல் முதல் வீட்டு வேலைகள் பஸ் பிடித்து ஆபீஸ் செல்வது, மாலையில்.. நினைக்கையிலேயே அழுகை அழுகையாய் வந்தது. மனத்தில் சுமை ஏறியிருந்தது.

"எப்படியம்மா நீ போயிட்டா?" கண்கள் பனித்தன.

"என்ன செய்யலாம். எத்தனை நாள்தான் இங்கேயே இருக்க முடியும் சொல்லு.. அங்கே அப்பா தனியா கஷ்டப்படுறாரே! பொறந்த வீட்டுக்கு வந்தோம்.. புள்ளய பெத்து மூனு மாசம் வரைக்கும் ரெஸ்டுல இருந்தோம் உடம்பைத் தேத்திக்கிட்டுப் புள்ளயோட புருஷன் வீட்டுக்குப் போனோமுன்னு இருக்காம.. வேலை வேலைன்னு அலைய வேண்டியிருக்கேம்மா? இவ்வளவு நாள் இருந்ததே பெரிய விஷயம். இனி நீயாச்சி உன் குடும்பமாச்சி. அந்த கிரச்காரங்ககிட்ட பேசி, பணத்தைக் கொடுத்துட்டு வந்துடும்மா. இன்னிக்கி!" நீண்ட சுவாசமொன்று வெளிப்பட்டது வரலட்சுமியிடமிருந்து.

மீனாட்சி வேலை பார்க்கின்ற கம்பெனியின் மற்றொரு பிராஞ்சில் வேலை பார்க்கின்ற ரேவதி அதே அபார்ட்மெண்டில்தான் வசிக்கிறாள். ஒரே இடத்தில் வசித்தாலும் இருவரும அடிக்கடி சந்தித்து குறைநிறைகளைப் பேசிக் கொள்கின்ற சந்தர்ப்பங்கள் மிகமிகக் குறைவே.

அன்று தன் மகனுடைய பிறந்தநாள் விழாவிற்காக அழைக்க வந்திருந்த ரேவதி, "குழந்தையை எப்படி சமாளிக்கிறீங்க? கிரச்சில் சேர்த்துட்டீங்களா? அதுதாங்க ரொம்ப நல்லது. இந்த வேலைக்காரங்க பொறுப்புலயோ, வீட்லயே ஆளை அமர்த்தி வச்சிட்டுப்போறதோ சரிப்படாதுங்க. வீட்டுல பொறுப்பா குழந்தையைப் பாத்துப்பாங்களா. பாலை நேரத்துக்கு கொடுப்பாங்களா இல்லே, அவங்களே குடிச்சிடுவாங்களான்னு பயந்து பயந்து சாகணும்ங்க!" அவள் அனுபவம் அப்படிப் பேச வைத்தது.

"அப்போ கிரச்தான் நல்லதுன்னு சொல்றீங்களா?"

நடத்துறவங்க நல்லவங்களாகவும், கவனிச்சிக்கிடுற ஆயாக்கள் கொஞ்சம் இரக்கப்படுறவங்களாகவும் இருந்துட்டா கவலையே இல்லை. நேரத்துக்குப் பால்புகட்டி, தொடச்சி விட்டு, ஈரத்துணியை

மாத்திவிட்டு பொறுப்பா பார்த்துக்கிடுவாங்க. பத்துப் பேரை பார்த்துக்கிடனும்னா அவங்களுக்கும் சலிப்புத் தட்டுமில்லையா? அதையெல்லாம் யோசிக்காம மனசைக் கல்லாக்கிகிட்டாத்தான் நாம வேலைக்குப் போக முடியும்"

"நம்ம ஆபீஸிலயே கிரச் இருந்தா எவ்வளவு நல்லாருக்கும்! இப்படிப்பட்ட கஷ்டங்களெல்லாம் பட வேண்டியதில்லையே"

"ரூல்ஸ் பிரகாரம் இருக்கனும்தான். ஏதோ ஒருசில செக்ரெட்டேரியம் போன்ற இடங்களைத் தவிர மற்ற அலுவலகங்களில் இருக்கிறாப்புல தெரியலயே? குழந்தையைப் பெத்துக்கிட்டு ஆபீஸுக்குப் போற பெண்களுக்குத்தான் அதன் வலியும் புரியும். அவங்களுக்கெங்கே தெரியப் போவுது? ரேவதி சலித்துக் கொண்டாள்.

"நம்ம பெண்கள் முன்னேற்றச் சங்கங்கள் ஸ்திரி பாதுகாப்புத் துறை அமைப்புகள் பெண்வாத எழுத்தாளர்கள் எல்லோரும் சேர்ந்து போராடினால் ஏதாவது தீர்வு கிடைக்கலாமல்லவா? பெண்கள் உத்யோகம் பார்க்கின்ற இடங்களில் நர்ஸிங் மதர்ஸ்க்காக ஒரு சின்ன அறையையாவது ப்ரொவைட் செய்யனுங்கிற சட்டத்தை அரசாங்கம் கொண்டு வரனும். நாம எல்லோரும் கலந்து பேசி அரசாங்கத்துக்கு முறையிட வேண்டும்" என்று மீனாட்சி உத்வேகத்துடன் தன் கருத்தை வெளியிட்டாள்.

அதைக் கேட்ட ரேவதி சிரித்துக்கொண்டே எழுந்து நின்று "சரிதான் போங்க இதெல்லாம் நடக்குற காரியமா? அவ்வளவு சீக்கிரமா அரசாங்கம் நம்ம கஷ்டத்தைப் புரிஞ்சிக்கிட்டு கவனம் செலுத்தும்னு நினைக்கிறீங்களா? சரி சாயந்திரம் மறக்காம வந்துடுங்க" என்றபடி சென்றுவிட்டாள்.

"நடக்கிற காரியமான்னு எல்லோருமே சும்மா இருந்துட வேண்டியதுதானா?" என்று தனக்குள் புலம்பினாள் மீனாட்சி.

அய்யா மேன்மை பொருந்திய ஆண்வர்க்க முதலாளிகளே! எங்களைப் போன்ற பெண்களின் அவஸ்தைகளை சற்று கண் திறந்து பார்க்கக் கூடாதா? "தாய்ப்பாலே குழந்தைக்குச் சிறந்தது" என்று டப்பாக்களிலும் டி.வி. வானொலி விளம்பரங்களிலும் செய்தித் தாள்களிலும் விளம்பரங்கள் செய்தும், மாதா, — சிசு செமினார்கள் மீட்டிங்குகள் ஏற்படுத்தியும், தாய்ப்பாலின் அவசியத்தைப் பற்றி பரப்பிவந்தால் போதுமா?

கூலி வேலைப் பெண்கள் குழந்தைகளை தங்களுக்கு அருகாமையில் வைத்துக்கொண்டு பசிக்கு குழந்தை அழும்

போது ஆதரவாகப் பால் தருகிறார்கள் ஆனால் படித்து வெளியே அலுவலகங்களில் சென்று வேலை பார்க்கும் எங்களைப் போன்ற பெண்களுக்கு அந்த பாக்கியம்கூட இல்லையே? பெரிய பெரிய மாடிகளைக் கட்டி அலுவலகங்களை அமைத்து வளமோடு வாழ்ந்து வரும் நீங்கள் ஒரு சின்ன அறையையாவது ஒதுக்கித் தந்து புண்ணியத்தைத் தேடிக்கொள்ளக் கூடாதா?

எங்களோடு வேலை பார்க்கும் ஆண்கள் தேநீர், சிகரெட் என்று செலவழிக்கும் நேரங்களில் நடுநடுவே நாங்கள் எங்க குழந்தைகளுக்குத் தாய்ப்பால் தந்துவிட்டு வந்து கொள்கிறோமே! வேண்டுமானால் நாங்கள் அதற்காகச் செலவிட்ட நேரத்திற்குப் பதிலாகக் கூடவே ஒரு அரை மணி நேரம், ஒரு மணி நேரம் வேலை செய்து விடுகிறோம். இன்றைய காலகட்டத்தில் பெண்கள் வேலை பார்க்காத அலுவலகங்களே கிடையாது.

“இந்தச் சங்கடங்களெல்லாம் எதற்காக? உங்களைப் போன்ற பெண்கள் உத்யோகங்களுக்குப் போகாமல் அலைச்சல்களை நிறுத்திக் கொண்டால் என்ன?” என்று கேட்கிறீர்களா சார்!

“... நல்லது அப்படியே இருந்துவிடுகிறோம்.! நூறு வருடங்களுக்குப் பின்னாக, கடிகாரத்தைத் திருப்பி வைப்பதைப் போல, காலத்தையும் பின்னால் திருப்பி வைத்துப் பாருங்கள் சார்!

“.. கையில் ஒன்று இடுப்பில் ஒன்று வயித்துல ஒன்னுன்னு குழந்தைகளைப் பெத்துக்கிட்டும், அதுங்க மல ஜலங்களைத் துடைச்சிக் கழுவிக்கிட்டும், கணவனுக்கும் மத்ததுகளுக்கும் வடிச்சிக் கொட்டிக்கிட்டும், எந்த நேரமும் ஓய்வு ஒழிச்சலின்றி வடகங்கள், அப்பளங்கள், சாம்பார்ப் பொடிகள், ஊறுகாய்கள், தயாரிச்சுக்கிட்டும் மங்கள கௌரிவிரதங்கள், நந்திகேசவனின் நோன்புகள் நோற்றும் கணவனே கண்கண்ட தெய்வம்! வீடே ஸ்வர்க்கம் என்று நினைத்தும் — கணவன் கை ஓங்கினால் திட்டினால் வருந்தியும், அழுதும் பக்கத்தில் இருத்திக் கொண்டால் மகிழ்ந்து எந்தச் சேலையை வாங்கித் தந்தாலும் சந்தோசமாக ஏற்றுக் கொண்டு இதுதான் வாழ்க்கை என்று கிணற்றுத் தவளைகளாய் அறியாமையில் வாழ்ந்துவிட்டோம்...

இப்போது படித்து அறிவைப் பெற்ற பெண்களாக இருந்தாலும் பெரிதாக ஒன்றுமே சாதித்துவிடவில்லை! வெளியே சென்று வேலை பார்த்துச் சம்பாதிக்கிறோமே தவிர, அதை அப்படியே கணவரிடம் அர்ப்பணித்து அவருடைய பொறுப்பில் பாதியை நாங்கள் சுமப்பதோடு வீட்டிலும், வெளியிலும் அல்லலுறுகிறோம். அந்தக் காலத்தில் அரைடஜன், ஒரு டஜன் ஆட்களை ஆண்மகன்

ஒருவராக நின்று குடும்பத்தைக் கட்டிக்காத்ததைப் போல இந்தக் காலத்துல ஒன்று ரெண்டு பேரைக் கூடவா காப்பாத்த முடியாது உங்களால் ?

"நீங்கள் உங்கள் ஆசைகளையும் தேவைகளையும் குறைத்துக் கொண்டால் வீட்டிற்குள்ளேயே இருந்துவிடலாமே!" என்கிறீர்களா? அதற்கும் நாங்கள் தயார்தான்.

பொருளாதார சமத்துவம் தனித்தன்மை, ஆத்மசுதந்திரம் ஆண்—பெண் சமத்துவம் என்று நீங்கள்தானே முன்னேற்றக் கருத்துகளைப் பரப்பி விடுகிறீர்கள். தொட்டிலையும் ஆட்டிவிட்டு, பிள்ளையையும் கிள்ளிய மாதிரி பழியை எங்கள் மீது சுமத்தி விடுகிறீர்கள்! நாங்கள் என்னதான் செய்வது? வாழ்க்கை என்றால் எல்லாம்தான் இருக்கும். விட்டுக் கொடுத்து தானே போகவேண்டியது.

எது எப்படியோ.. நாங்கள் வேலைக்குப் போய்த்தான் ஆக வேண்டுமென்ற சூழ்நிலையில் குழந்தை பெற்ற பெண்களுக்காக ஒருசில சௌகரியங்களைச் செய்துதர வேண்டியது உங்கள் பொறுப்பு!

ஒவ்வொரு அலுவலகத்திலும் தொழிற்சாலைகளிலும் பெண்களுக்கென்று ஒரு ஓய்வு அறையாக, ஒரு சின்னஞ்சிறிய அறையைத் தந்து பிஞ்சுக் குழந்தைகளுக்குத் தாய்ப்பால் தர தயவு செய்யுங்கள் சார். அமிர்தப்பால் என்று போற்றப்படுகின்ற தாய்ப்பால் தரைப்பால் ஆகிவிடாமல் காக்கும் பொறுப்பு உங்கள் கையில் இருக்கிறது.

இரவு நீண்ட நேரம் வரை தூக்கம் பிடிக்காமல் குழந்தையைப் பற்றிய கவலையில் புரண்டு கொண்டிருந்த மீனாட்சி, தூக்கம் வந்ததும் கனவில் உரிமைகளைக் கேட்டு வாதாடிக் கொண்டிருந்தாள்.

பெற்றவளின் வேதனை....

●

என்றென்றும்

மதியம் ஒரு மணி ஆபீஸில் ஓய்வு நேரம். செக்ஸனில் உள்ளவர்களெல்லாம் காபி குடிப்பதற்காகச் சென்றுவிட அனந்தம் சார் மட்டும் தனித்திருந்தார். அவருடைய முழுப்பெயர் அனந்தபத்மனாதசாமி. ஆனால் வீட்டிலும் வெளியிலும் எல்லோருமே அனந்தம் என்றே அழைப்பார்கள்.

மனைவி அன்னபூரணி தினமும் பலவந்தமாகக் கொடுத்தனுப்பும் டிபன் பாக்ஸ் எதிரே டேபிள் மேல் இருந்தது. "ஒவ்வொரு விஷயத்துக்கும் வருத்தப்பட்டு உடம்பெ கெடுத்துக்காதீங்க. ஆரோக்கியமா இருந்தாலே எல்லாமே இருந்த மாதிரிதான். உங்களுக்குப் பிடிக்குமேன்னு அடை சுட்டு வச்சிருக்கேன், மறந்துடாமெ சாப்புடுங்க..."

அனந்தம் எவர்சில்வர் டப்பாவைப் பார்த்ததும் மனைவியை நினைத்து சிரித்துக்கொண்டார்.

அன்னபூரணி! வெறும் அப்பாவி... சுகமில்லாத வாழ்க்கை. காலையிலிருந்து ராத்திரி வரைக்கும் யந்திரமா ஒழைச்சி எல்லோருக்கும் நேரந்தவறாமல் எல்லாத்தையும் செய்து தந்து களைத்துப்போய், தின்றும் திங்காமலும், வெற்றுத்தரையில் படுத்துக்கொண்டு தூங்குபவள். விடிந்தால் மறுபடியும் ஆரம்பாகிவிடும் வேலைகள். கடந்த முப்பது ஆண்டுகளாக நடந்துகொண்டிருக்கின்ற காரிய கிரமம்.

எப்போதாவது அவர், “பூரணா, பொம்பளைங்களுக்கு எத்தனையோ ஆசைகளிருக்கும்னு சொல்வாங்க. அதைப் போக்கிக் கொள்வதற்காக ஆண்களை பல விதத்தில் தொல்லைப்படுத்துவார்கள் என்றெல்லாம் கேள்விப்பட்டிருக்கிறேன். ஆனால் நீயோ ஒரு நாளாவது எனக்கு இதுவேணும்னு கேட்டதா நினைவில்லை. என்ன காரணம்!” என்று கேட்டால் அவள் கணவனை ஒருமுறை கோபப் பார்வை பார்த்துவிட்டு, ஆசையோடு சிரித்தபடியே... “அதுக்கு பெரிய காரணம்னு என்னத்தை சொல்ல முடியுமுங்க? நீங்க நாள் முழுக்க ஆபீஸில் கஷ்டப்பட்டு வேலை செஞ்சிட்டு வீட்டுக்கு வர்றப்ப, உங்களுக்கு எது தேவையோ, உங்க உடம்புக்கும், மனசுக்கும் அமைதி கிடைக்கும்படி நடந்துக்கணுமே என்ற ஆலோசனை தவிர... அதென்னமோங்க எனக்கு வேற நெனைப்பே வர்றதில்லே. மாசம் பெறந்தா சம்பளம் மொத்தமா வீட்டுக்கே தந்துடுறீங்க. உங்களுக்கு கெட்டபழக்கமெல்லாம் இல்லவே இல்லே. நமக்கு ஆதாரம் உங்க சம்பளம் மட்டுமே. அப்படியிருக்க அர்த்தமில்லாம ஆசைகளை மனசுக்குள்ள ஏற்படுத்திகிட்டு உங்கள கஷ்டப்படுத்த எம்மனசு ஒத்துக்காதுங்க. எதுக்காகவும் நீங்க வருத்தப்படுறத என்னால பார்க்க முடியாதுங்க” என்பாள் தோளில் சாய்ந்தபடியே.

அனந்தத்திற்கு கடவுள் என்றாலே கழுத்துக்கு மேல் கோபம் வரும். காரணம், அவனை அதிர்ஷ்டமற்றவனாகப் படைத்து விட்டானென்று மனைவியைப் பார்க்கும்போதெல்லாம் படைத்தவன் மீதுள்ள கோபம் சற்று தணிந்து அமைதியடைந்துவிடும். தனக்கு அன்னபூரணியைப் போன்ற மனைவியைத் தந்திருக்கும்போது வேறு என்னவேண்டும்?

பகவான் மனிதனுக்கு எல்லாமெ கொடுத்ததைப்போல கொடுத்து, ஏதோ ஒன்றை மட்டும் குறை வைத்துவிடுவானாம். எங்கேயோ படித்ததுபோல ஞாபகம். எப்போதும் தனக்காக வாழ்கின்ற மனைவியைத் தந்ததால்தான் செல்வச் செழிப்பிலிருந்து தன்னைத் தூரப்படுத்தியிருக்கிறான். அப்படியென்றால் சொத்து பத்து சுகங்கள் தந்தவர்களுக்கு...? ப்ச்... பாவம்அவர்கள் எவ்வளவு துரதிர்ஷ்டசாலிகளாக...!

பழைய காலத்து மர நாற்காலியை குடியிருப்பு ஸ்தலமாக ஸ்திரப்படுத்திக்கொண்ட கெழட்டு மூட்டைப் பூச்சி தூங்கியெழுந்து அனந்த பத்மநாதசாமியின் சரீரத்தைக் கடித்து எச்சம் செய்தது. ஏதோ யோசனையில் மூழ்கியிருந்த அவர் சடாரென தன் ரத்தத்தைக் குடித்து ஜீவிக்கின்ற அந்த பூச்சியை கண்டுபிடித்துவிடவேண்டுமென்று நாற்காலியிலிருந்து எழுந்து

தேடினார். பலனின்றி மறுபடியும் நாற்காலியில் அடைக்கலமடைந்து கொண்டிருக்கும்போது காபிக்காக சென்றிருந்தவர்கள் திரும்பி வந்தார்கள். அந்த நண்பர்களுக்குத் தலைவன் பிரகாசராவ்.

பிரகாசராவுக்கு நாற்பது வயதிருக்கும். ஆபீஸில் நடக்கின்ற விஷயங்கள் அத்தனையும் தெரிந்துகொண்டு வந்து கதை கதையாகச் சொல்லிக்கொண்டிருப்பான். "அடுத்த செக்ஸன் பாரிஜாதம், கேஷ் செக்ஸனிலுள்ள பிரகாசராவை கல்யாணம் செய்துக்கப் போறாளாம்." இப்படிப்பட்ட தனிப்பட்ட விவகாரங்கள், "நாளைக்கி மூன்று பேருக்கு ஆபீஸராக பிரமோஷன் ஏற்படப்போகுது.

பைல் ஜி எம் கையெழுத்துக்காகச் சென்றிருக்கு" போன்ற மிக ரகசியமான செய்திகளையும் தெரிந்துகொண்டு வருகின்ற சாமர்த்தியசாலி... அன்றைக்கு வந்ததுமே... "அனந்தம் சார்... இதை கேட்டீங்களா? முந்தாநேத்து உடம்புல பத்தவச்சிகிட்டு செத்துப்போன பிரசனாம்பாள். அதுதாங்க, நாகேஸ்வரராவின் செக்ஸனுல ஸ்டெனோவா இருந்தவள். புருஷன் தினமும் குடிச்சிட்டு வர்றானேன்று அவனை பயமுறுத்துறதுக்காக உடம்பெல்லாம் மண்ணெண்ணெயெ ஊத்திக்கிட்டு செத்தாளே... அவளோட மகனுக்கு இங்க வேலை கெடைச்சிருச்சி. இன்னக்கி காலம்பறதான் சேர்ந்திருக்கான்" என்று சொல்லியபடியே வந்து அனந்தம்சாரின் பக்கத்து சீட்டில் அமர்ந்துகொண்டான்.

பதவி உரிமையில இதுவும் ஒன்று. பதவியில இருக்குறவங்க இறந்து போயிட்டா அவங்க குடும்பத்துல இருக்குற ஒருத்தருக்கு வேலை தர்றது..." என்றான் கழுத்து டையை நன்றாக சரி செய்தவாறு.

பிரகாசராவ் வெற்றிலையைக் குதப்பியபடியும், சிகரெட் புகையை "குப், குப்" பென்று ஊதிவிட்டபடியேஎன்னதான் சொல்லுங்க... இந்த வாரிசு உரிமைங்குறதுல எனக்கு கொஞ்சமும் இஷ்டமில்லங்க. நாற்பது வருஷம் முப்பது வருஷம் மாடாட்டம் வேலை செஞ்சிட்டு ஓய்வு பெறும்போது, அரசாங்கம் தர்றது பிச்சைக்கார பென்ஷன், இருபத்தஞ்சோ முப்பதாயிரமோ, கிராஜியூடி, அதே ஆளு செத்துப்போயிட்டா இன்சூரன்ஸ், பேமிலி பென்ஷன், கிராஜியூடின்னு, இதெல்லாம்போக வீட்டுல ஒருத்தருக்கு வேலையும் கெடைச்சுடுது.

இந்த சலுகையெல்லாம் அரசாங்கத்துக்கு உண்மையா ஊழியம் பார்த்து ரிடையரானவங்களுக்கும் தரலாமில்லையாங்க... ஊஹூம்... இத்துனூண்டு பென்ஷனோடு அஷ்ட தரித்திரம் புடிச்சி வாழணும்னு நெனக்கிறாங்களோ! நீ போயிட்டா உன் குடும்பத்துக்கு அதச்

செய்றேன். இதச் செய்றேன்னு சொல்லி சமாதானப்படுத்துறது யாருக்கு வேணும்? நாம போனப்புறம் என்ன நடக்குதுங்குறது நமக்கு தெரியுமா! பார்த்துக்கிட்டிருக்கப்போறோமோ! அதுக்காகத்தான் ரிடையராகுறதைவிட முன்னாலயே போய்ச் சேர்ந்துருறது நல்லது ஜனத்தொகையாவது கொறையுமில்லையா? அதுக்காகத்தான் இப்படிப்பட்ட திட்டம்" என்றான் தீர்க்கதரிசனம் செய்பவன்போல.

என்ன திட்டமோ என்னமோ போங்க. இப்ப நம்ம அனந்தம் சாரையே எடுத்துக்கிட்டோம்னா, சர்வீசுல சேர்ந்த நாளையிலிருந்து இன்னக்கி வரைக்கும் எவ்வளவு உண்மையா, நியாயமா, பற்றுதலோட அரசாங்கத்துக்கு சேவை செஞ்சிருக்காரு? இன்னும் ஒரு மாசத்துல ரிடையராகப் போறாரில்லையா? அவங்க மகன் டிகிரி படிச்சிட்டு வேலையில்லாம அலைஞ்சிட்டிருக்கான். அவனுக்கு அப்பாயின்ட்மென்ட் தரலாமில்லையா.

அனந்தம் சார் எவ்வளவு சந்தோசப்படுவாரு, சொல்லப்போனா பென்ஷன்கூட வேண்டாம்னு எழுதித் தந்துடுவாராக்கும். ஆனா... ரூல்ஸ் ஒத்துக்கிடாதுன்னு... அதேதான். ஒருவேளை நாளைக்கே அவர் செத்துப்போயிட்டா? சாரி சார், வெறும் பேச்சுக்காகச் சொன்னேன் சார்... நடக்கக்கூடாதது நடந்துட்டா அந்தப் பையனை கூப்பிட்டு வேலை தருவாங்களா, தரமாட்டாங்களா?"

அந்த வார்த்தைகள் அனந்தம் சாரின் ஆலோசனையில் புதிய திருப்பத்தை ஏற்படுத்திவிட்டிருந்தது.

***

அனந்த பத்மனாபசாமிக்கு நான்கு குழந்தைகள். பெரியவன் சோமசுந்தரம். டிகிரி முடித்துவிட்டு உத்யோக வேட்டையில் அலைந்துகொண்டிருக்கிறான். புத்திசாலி. இந்தக் காலத்து பையன்களைப்போல நாளுக்கொரு வேடம் போடுகின்ற ரகமல்ல. நாள் முழுக்க லைப்ரரி, எம்ப்ளாய்மென்ட் அலுவலகம் என்றும், மாலைநேரத்தில் கோவிலுக்குச் சென்று வழிபடுவதிலுமாகவும் இருப்பான். அம்மா என்றால் உயிர். அப்பா என்றால் பயம். குடும்பத்திற்காக ஏதாவது செய்ய வேண்டுமென்ற ஆவேசமும் ஆர்வமும் கொண்டிருந்தான்.

இரண்டாவது பையன் பெயர் நாராயணபாபு. படிப்பைவிட விளையாட்டிலும், சினிமா பார்ப்பதிலும் ஈடுபாடு அதிகம். ஒரு நிமிடம் வீட்டில் தங்கமட்டான். பசி எடுக்கும்போது மட்டுமே வீட்டு ஞாபகம் வரும்.

இனி, மூன்றாவதும் நான்காவதும் பெண் குழந்தைகள். பெரியவள் இன்டர் படிக்கிறாள். பெரியவளாகி இரண்டு வருடமாகிவிட்டது. சின்னவள் எட்டாவது வகுப்பிற்கு செல்லவிருக்கிறாள். அனந்தம் கல்யாணம் செய்து கொள்ளும்போது வயது முப்பத்திரண்டு. தம்பியின் படிப்பு, தங்கையின் கல்யாணம் என்று குடும்பப் பொறுப்பில் காலம் தாழ்ந்துவிட்டது போதாதென்று, இப்போது ரிடையராகும் நிலையிலும் பொறுப்புகள் அப்படியே உள்ளன.

அன்று ஆபீஸில் பிரகாசராவ் சொன்ன வார்த்தைகள் மீண்டும் மீண்டும் அவருடைய செவியில் ஒலித்துக்கொண்டிருந்தது. அவன் சொன்ன புதுப்புது செய்திகள் அவருக்கு தெரியாதபோதும் ஏனோ தெரியவில்லை, மூளையில் புதிய எண்ணம் உருவாகியிருந்தது.

அன்றைய ராத்திரி எல்லோரும் தூங்கியபின்னர் பேப்பரும், பேனாவும் எடுத்து வைத்துக்கொண்டு கணக்குப்போட ஆரம்பித்தார். ரிடையரானதும் கையில் வந்து சேரும் பணம் எவ்வளவு? ஆயிரத்துக்குள்ள பென்ஷன். முப்பத்திரெண்டாயிரம் கேஷ். அவ்வளவுதான்... அதுவே பிரகாசராவ் சொன்னதைப்போல, தான் இறந்துவிட்டாலோ... அன்னபூரணிக்கு மாதாமாதம் பென்ஷன், நாற்பதாயிரம் இன்சூரன்ஸ், முப்பத்திரெண்டாயிரம் கிராஜியூடி எல்லாவற்றையும் விட முக்கியம் சோமசுந்திரத்திற்கு உத்யோகம்!

பெரியவனின் நீதி நியமங்கள் மீதும், அன்புகாட்டுவதிலும், தர்மத்தின் மீதும்கொண்டுள்ள பிடிப்பும் தனக்குள் கௌரவத்தை ஏற்படுத்தி நம்பிக்கையை விதைத்திருந்தது. அவனுக்கு உத்தியோகம் கிடைத்தால் தாய்க்கு எந்தக் குறையும் வராமல் பார்த்துக் கொள்வதோடு குடும்பத்தையும் ஒரு நல்ல நிலைக்கு உயர்த்தி விடுவான். தனக்கு வரும் பென்ஷன் பணத்தை அன்னபூரணி சேமித்து பத்திரப்படுத்தி குழந்தைகளின் தேவையைப் பூர்த்தி செய்து கொள்வாள். நான் இறந்துவிட்டால் இரண்டாமவனுக்கு மனமாற்றம் ஏற்பட்டு புத்தியோடு படித்து அண்ணனுக்கு உதவியாயிருந்து கொள்வான். அப்பா இல்லாத பெண்களென்று இரக்கப்பட்டுத் திருமணம் செய்துகொள்ள வரதட்சணையும் அதிகமாகக் கேட்கமாட்டார்கள். பிரச்சனைகளெல்லாம் ஒரு வழியாய் தீர்ந்துவிடும்.

அதே சமயம், முட்டாள்தனமாக இனியும் வாழ வேண்டுமென்று நினைத்தால் வருகின்ற பென்ஷனில் குடும்பத்தைக் காப்பாற்ற முடியாமல், குழந்தைகளுக்கு கல்யாணம் செய்துவைக்க வழியில்லாமல் நானும் அவஸ்தைப்பட்டு மற்றவர்களையும் அவஸ்தைக்குள்ளாக்கி நோய் வந்து படுக்கையில் விழுந்து நலிந்து

மெலிந்து தாழ்ந்து மனம்வெதும்பி கடைசியில் சாகவேண்டியதுதான்? அந்தச் சாவை இப்போதே வரவழைத்துக்கொண்டால் என்ன?

யோசிக்க யோசிக்க உயிரோடு வாழ்வதைவிட சாவதில்தான் அதிகப் பிரயோஜனம் இருப்பதாகத் தோன்றியது. மனைவி, குழந்தைகள், எல்லோரும் வரிசையாக நின்றுகொண்டு, "தயவு செய்து செத்து, எங்களுக்கு உதவுங்கள் அப்பா" என்று தன்னை மன்றாடுவது போன்று தெரிந்தது.

அந்த அமைதியான நள்ளிரவில் அனந்தம் மணி மூன்றடிக்கும் வரை தீவிரமாக, உலகியலாகவும், ஆத்யாத்மிகமாகவும், நீதி, தர்ம அடிப்படையிலும், ஒரு தந்தையாக, கணவனாக, நல்ல மனிதனாக நின்று யோசித்து, யோசித்து உறுதியான முடிவுக்கு வந்தபின் கட்டிலின்மேல் படுத்தார். தனது நிர்ணயத்தை எவ்வாறு அமல்படுத்துவதென்று எண்ணியபடியே உறக்கத்தில் மூழ்கிவிட்டார்.

***

அன்றைய மறுதினத்திலிருந்து அவருடைய பேச்சு, செயல், பார்வை எல்லாமே மாறிவிட்டது. பெரிய மகனை அருகில் அழைத்து வைத்துக்கொண்டு, ஆபீஸில் யாரை நம்பலாம், யாரையெல்லாம் நம்பக்கூடாது, எப்படி நடந்துகொள்ள வேண்டும் என்றெல்லாம் தெளிவுபடுத்தத் தொடங்கினார். அவனோ அப்பாவின் தோரணை புரியாமல், வாயை மூடிக்கொண்டு கேட்டுக்கொண்டிருந்தான்.

பிறகு அம்மாவிடம் தெரிவித்தான். ரெண்டாவது மகனை அருகில் அழைத்து புத்திசாலியா படிச்சி முன்னேறு. அண்ணனுக்கு உதவியா நடந்துக்கோ என்றும், பெண் பிள்ளைகளுக்குச் சொல்ல வேண்டியதை எடுத்துச்சொன்னார். என்றைக்குமில்லாமல் அன்று மாலையில் ஆபிஸிலிருந்து வந்ததுமே மனைவியிடம் "கொஞ்சம் வெளியில ஜாலியா போயிட்டு வரலாமா" என்றார்.

அன்னபூரணிக்கு கணவனைப் பார்க்கையில், பிள்ளைகள் சொன்ன சங்கதிகளை கேட்கையில் பயம் தோன்ற ஆரம்பித்தது. எதனால் இந்த மாற்றம் அவருக்குள் ஏற்பட்டதென்று புரிந்துகொள்ள முடியவில்லை அவளால்.

கணவனோடு வெளியில் புறப்பட்டபோது "ரிக்ஷா அமர்த்தட்டுமா" என்று கேட்டவர் பதிலை எதிர்பார்க்காமலேயே ரிக்ஷாவை அழைத்து ஏறச் சொன்னார். ரிக்ஷாகாரனிடம் திரையை தளர்த்திவிடச் சொன்னார். வழியெங்கும் புதிதாக

திருமணமான இளைஞனைப்போல அன்பாகவும், ஆதரவாகவும் ஆத்திர, ஆவேசமாகவும் நடந்துகொண்டார்.

"என்னங்க... உங்களுக்குள்ள என்னமோ மாற்றம் தெரியுது. அது எனக்கும், புள்ளெங்களுக்கும் நல்லாவே தெரியுது... காரணம் என்னன்னு சொல்லுங்க? இத்தனை வருஷத்துல எப்பவாவது இப்படி கேட்டிருக்கேனா? ஆனா உங்களெ இப்படி பார்க்கும்போது எனக்கென்னமோ பயமா இருக்கு... சொல்லுங்க... சொல்லுங்கன்னா..."

"ஒன்னுமில்லே அன்னபூர்ணா... உண்மையிலேயே ஒன்னுமே இல்லை... அதோ அங்க மாங்கா விக்கிறான். ஊறுகாய் போட்டா விருந்தாளிகள் வந்தா பயன்படுமே. இன்ஸூரன்ஸ் பாலிஸி பீரோவுக்குள்ள இருக்கு. பேங்குல பணம் எடுத்து உன் பட்டுச்சேலை மடிப்புக்குள்ள வச்சிருக்கேன்... பார்த்துக்கோ... ரிக்ஷா நிறுத்துய்யா... ஹோட்டல்ல போயி டிபன் சாப்பிட்டு காபி குடிக்கலாம். இன்னக்கி உனக்கு கண்ணாடி வளையல் வாங்கித்தரணும் போலிருக்கு..."

அவருடைய நடத்தையும் பேச்சும் அன்னபூரணிக்கு திகிலையும் கவலையையும் அதிகரிக்கச் செய்தது. ரகசியமாக மகனிடம் முறையிட்டாள். அப்பாவை எந்த டாக்டரிடமாவது அழைத்துச் செல்லும்படி வற்புறுத்தினாள். ஆனால் சோமசுந்தரம் வேறுவிதமாக யோசித்தான். பயப்படாதே அம்மா. இன்னும் பத்து நாள்ல ரிடையராகப் போறோம்ங்குற உண்மையை அப்பாவால் ஏற்றுக்கொள்ள முடியாமல் மனக்குழப்பத்தில் தவித்துக்கொண்டிருக்கிறார். அவ்வளவே! கொஞ்சம் கொஞ் சமா சமாதானமடைஞ்சி சாதாரண நிலைக்கு வந்துடுவாரு. அனாவசியமாக கலைப்படாதே" என்று தைரியம் புகட்டினான். ஆனாலும் அவளுள் கவலையும் வருத்தமும் வேதனையும் அதிகரித்ததே தவிர குறையவில்லை.

நாட்கள் தன்போக்கில் நகர்ந்துகொண்டிருக்க அனந்த பத்மனாபசாமியின் முடிவின்படி குறிக்கப்பட்டிருந்த நாள் வரவே வந்தது. சென்ற சில நாட்களில் அவருடைய தோற்றத்தில் பெரிய மாறுதல் ஏற்பட்டிருந்தது. முகச்சுருக்கம் கண்டு, கண்களுக்குக்கீழ் கருவளையம், தாடியும், மீசையுமாக, தலையில் எண்ணெய் தேய்க்காமல், பதிய வாரிவிடாமல், அலங்கோலமாக பறந்துகொண்டிருந்தது. எதிலுமே பிடிப்பு இல்லாமல் ஒரே யோசனை, யாரைப் பார்த்தாலும் கண்ணீர் உகுப்பது, சுற்றியிருக்கும் பொருட்களை, மனிதர்களை உன்னிப்பாகக் கூர்ந்து கவனிப்பது...

கணவரின் நிலையைக் காணக்காண மனைவிக்குச் சாப்பிடவே பிடிக்கவில்லை. எந்த வேலையையும் செய்ய புத்தி அனுமதிக்கவில்லை. அப்படியே கவலையுடன் உட்கார்ந்து விடுவதுமாய்... பிள்ளைகள்தான் ஆளுக்கொரு வேலையைச் செய்துகொண்டிருந்தார்கள்.

அன்று அதிகாலையில் திடுக்கிட்டு எழுந்து பார்த்தால் பக்கத்தில் படுத்திருந்த கணவரைப் பார்த்ததும் ஆச்சரியமாக இருந்தது. உடனே அவரை தட்டியெழுப்பி, இதென்னங்க இப்படி, புள்ளெங்க பார்த்தா, அசிங்கமா... போயி உங்க படுக்கையில படுத்துக்கோங்க. உங்களத்தானே, மனைவியின் பேச்சை தட்டிக்கழிக்க இயலாமல் "கெட்ட கனவு வந்ததும் பயப்பட்டு" மெல்லிய குரலில் முனகியபடியே எழுந்து சென்றார்.

குளிக்கச் செல்வதற்கு முன்னால் மனைவி தானே, ரேஸர் பிரஸ், கிரீம் என்று எல்லாவற்றையும் கொண்டு வந்து முன்னால் வைத்து, "ஷேவ் பண்ணிக்கோங்க முதல்ல, உங்கள இப்படிப் பார்க்க எனக்கு பயமா இருக்குங்க" என்றாள்.

"எதுக்காகப் பூர்ணா" என்று அவர் வாய் சொன்னதே தவிர மனைவியின் பிடிவாதத்திற்கு முன்னால் தலை குனிந்துகொள்ளாமல் இருக்க முடியவில்லை. அதன்பிறகு மனைவி வற்புறுத்தி அவரை உட்காரவைத்து தலையில் எண்ணெய் தடவி வாரிவிட்டாள் வெளுத்து இஸ்திரி போட்ட பேண்ட் ஷர்ட்டை தயாராக எடுத்துத் தந்தாள். மனைவியின் பேச்சை எதையுமே அன்றைய தினத்தில் மறக்க முடியவில்லை அவரால். சத்தமாகப் பேசினால் உள்ளுக்குள் மறைத்து வைத்துள்ள துக்கம் வெளிப்பட்டுவிடுமோ என்ற அச்சமும் இருக்கத்தான் செய்தது.

அனந்தம் சார் அனைத்து வேலைகளையும் பூர்த்தி செய்து விட்டு ஆபீஸிற்கு புறப்பட்டார். இனி திரும்பி வரப்போவதில்லை. எனவே எல்லா காரியங்களையும் சரிப்படுத்தி சித்தமாகத் தயாரானார்.

எதிர்காலத்தைப் பற்றி தெரிந்துகொள்ள மனிதன் ஆர்வம் காட்டுகிறான். ஆனால் அதே எதிர்காலத்தில் வரப்போகின்ற கஷ்டங்களையும் துன்பங்களையும் தெரிந்துகொண்டுவிட்டால் அதையே நினைத்து பயத்துடனும், கவலையுடனும் நிகழ்காலத்தில் எந்த ஒரு பற்றுதலுமின்றி வாழ்க்கையை ஒரு துன்பக் கீதமாகவே மாற்றிக்கொள்கிறான். அதனால்தான் மனித வாழ்க்கையில் மாயத் திரையிட்டு மறைக்க வேண்டிய அவசியத்தை இயற்கை மேற்கொண்டது போலும்.

இன்னும் சில நிமிடங்களில் அவர் செத்துப் போகப்போகிறார் என்ற நினைவு அனந்தம் சாரை மானசீகமாக அப்போதே கொன்றுபோட்டிருந்தது. அவர் இப்போது நடமாடும் கட்டை. ஆபீஸுக்கு புறப்பட்டு ஹாலை தாண்டி வராண்டாவிற்கு வந்ததுமே ஒரு நிமிடம் நின்று பின்னால் திரும்பி மனைவியை கடைசி முறையாக அன்புடன் நோக்கினார்.

அவர் வாலிபனாக இருந்தபோது புருஷ சுகத்தையும், கஷ்டங்களில் தைரியத்தையும், இத்தனை வருட இல்வாழ்க்கையில் கணவனின் சுகமே தனது சுகமென்று கருதி வாழ்ந்து வந்த இந்த தேவதையை இனி பார்க்க மாட்டேன். ஆனாலும் பூர்ணா! உனது நன்மைக்காகவும், குழந்தைகளின் உயர்வுக்காகவுமே நான் இந்த முடிவை எடுத்துக்கொண்டிருக்கிறேன். என்னை மன்னித்து விடு... மன்னித்து விடு! மனதிற்குள்ளேயே சொல்லிக்கொண்டார்.

அனந்தபத்மனாபசுவாமியின் கண்கள் அவரையும் அறியாமலேயே நீர்துளிர்த்து பிரதிபலிக்க அவருக்கு முன்னே கைகளைப் பற்றியபடியே மனைவி பூர்ணா கண்ணீர் அருவியை வடித்துக்கொண்டிருந்தாள்.

பார்த்ததும் திடுக்கிட்டவராய், தன் கண்களைத் துடைத்துக்கொண்டார். "ச்ச... நான் தைரியமாக... எச்சரிக்கையாகவல்லவா நடந்துகொள்ள வேண்டும். கடைசி நிமிடத்தில் தன்னுடைய திட்டத்தைப் பாழடித்துக்கொண்டு, மனைவியின் நலனையும், குழந்தைகளின் எதிர்காலத்தையும் நாசம் செய்துவிடக்கூடாது"

அவர் கண்களைத் துடைத்துக்கொண்டு வெளியேறும்போது "போறேன் பூர்ணா போறேன். ஆரோக்யம் ஜாக்கிரதை. குழந்தைகள் பத்திரம். யாரையும் நம்பாதே. உனக்கு எது சரின்னு படுதோ அதைச்செய்... போறேன்..."

அவருடைய வார்த்தைகளை நடுவிலேயே தடுத்தபடி, "நீங்க இப்ப எங்கயுமே போகவேண்டாங்க. ஆபீஸுக்கு லீவு போட்டுட்டு என்னோடய இருந்துடுங்க எம் பேச்செ கேளுங்க..." கெஞ்சினாள்.

"போகணும் பூர்ணா! போய்த்தானாகனும். போகம இருக்க முடியாது. நேரமும் கடந்துவிட்டது..." அவள் கையை விலக்கியபடியே மறுபடியும் பின்னால் திரும்பிப் பார்க்காமல் தெருவிற்குள் வந்துவிட்டார்.

தெரு ஒரே இரைச்சலாய் தென்பட்டது. கார்களும், ரிக்ஷாக்களும், ஸ்கூட்டர்களும், மாடுகளும், எருமைகளும்,

சிறுவர்களுமாய்... எல்லோரையும் முந்திக்கொண்டு வேகமாகச் செல்ல வேண்டுமென்ற உந்துதல், அவசரம், ஒவ்வொருவரிடமும் தெளிவாக வெளிப்பட்டுக்கொண்டிருக்கிறது.

ஆனால், உண்மையிலேயே அனந்தம் சார் எல்லோரையும் விட அவசரமாக வேகமாகச் செல்ல வேண்டும். காரணம் அவர் தலையைக் கொடுத்து மரணிக்க நினைத்துள்ள ரயில் வருவதற்கு இன்னும் பத்து நிமிடங்களே பாக்கியிருக்கிறது. தெருவில் சென்றுகொண்டிருக்கின்ற மற்ற எல்லோரையும் விட அவருடைய இந்தப் பத்து நிமிடங்கள் மிக முக்கியமான, வாய்தா தள்ளிப்போட முடியாத காரியம்.

அதனால்தான் அவர் ஓடுவதுபோல வேக வேகமாக நடந்து செல்கிறார். ஜனங்களை விலக்கியவாறு தள்ளிக்கொண்டும் மிதித்துக்கொண்டும், அதோ, ரயில் தண்டவாளம் இன்னும் சிறிது தூரத்தில் தென்பட்டுகொண்டிருக்கிறது.

அந்த தண்டவாளத்தையொட்டி பத்து கஜதூரம் நடந்தால் ஒரு காலியான இடம்... செடி, கொடிகள் நிறைந்து, ரயில் அங்குதான் ஓட்டமெடுக்க ஆரம்பிக்கும். அந்த இடத்தில்தான் பெரும்பாலானவர்கள் விபத்துகளில் மரணமடைந்துவிடுவார்கள். பகல், இரவு என்று அந்த இடத்தில் காவல் போடும்படி எத்தனை முறை, எத்தனை பேர் முறையிட்டாலும் அரசாங்கம் காதில் வாங்கிக்கொண்டால்தானே.

பரபரப்புடன் நடந்துகொண்டிருந்தவர் திடீரென யாரோ பின்னாலிருந்து கைதட்டி அழைப்பது போலிருந்தது. அவர் காதுகளில் தெளிவாகவே கேட்டன. ஆனால் நிற்காமலேயே பின்னால் திரும்பிப் பார்த்தார். பார்வை மங்கியதால் உருவம் தெளிவாகத் தெரியவில்லை. தன்னை நோக்கி யாரோ ஓடி வந்துகொண்டிருப்பது மட்டும் உண்மை. தூரத்தில் ரயில் கூவும் சப்தம் கேட்டது.

ஓடி வந்துகொண்டிருந்த உருவம் பக்கத்திற்கு வந்ததும்தான் தெரிந்தது, வேறு யாருமல்ல, தன் மகன் சோமசுந்தரம் என்று. திடுக்கிட்டார். தன்னுயை எண்ணம் தெரிந்துகொண்டார்களா? தன்னுடைய திட்டம் தோல்வியடைந்துவிட்டதா? எல்லாமே பாழாகிவிட்டதா? நல்ல நேரம் கடந்துவிடக் கூடாதே? ஆனால் சோமசுந்தரமோ இவற்றையெல்லாம் தாண்டி மிகப்பெரிய கலக்கமான நிலையில் துக்கம், சோகம், வருத்தம், துன்பம், அதிர்ச்சி எல்லாம் ஒன்று சேர்ந்த குரலில் “அப்பா! அம்மா... அம்மாவுக்கு நெஞ்சுவலி... சீக்கிரமா...” வேறு எதுவுமே சொல்லாமல்

தந்தையின் கையைப் பிடித்துக்கொண்டு... எப்படி வந்தானோ அதே வேகத்துடன் பின்னால் திரும்பி ஓட ஆரம்பித்தான்.

***

மனிதனை வாழ வைப்பதும் வாழவேண்டுமென்ற எண்ணத்தை ஏற்படுத்துவதும் அன்பு. அவனை திடமான நம்பிக்கையுடன் முன்னேறி நடக்கச் செய்வது தைரியம். அனந்தபத்மனாபசாமிக்கு தைரியமின்மையால் இத்தனை வருட வாழ்வில் பலமுறை இல்லாமல் போய் மீண்டும் காதலால் உயிரூட்டப்பட்டார். ஆனால் இப்போது அந்த அவகாசம் அவருக்கு இல்லாமலே போய்விட்டது. அவர் வாழ்வின் ஒரே ஒளிவிளக்கு அணைந்துவிட்டது.

அவர் வீட்டையடையும்போது பூர்ணா மரணித்திருந்தாள்.

தான் யாருக்காக வாழ்வது, யாருக்காக சாவது என்று தெரியாத நிலை, அவருடைய வேதனை... அனந்த பத்மநாபனாய்!...

எல்லைகளை கடந்ததாய்!...

திவ்யஸ்வரூபமாய்! என்றென்றும்...

●

ஆடுபுலி ஆட்டம்

"ஏய்! நில்லு!" என்று வழியில போற முயலை சிங்கம் நிறுத்தி வச்சதுபோல சூரியை நிற்கச் சொன்னான் கான்ஸ்டபிள். ரோட்டோரமாகச் சென்றுகொண்டிருந்த சூரி சிறிதும் நினைத்துப் பார்க்காத அந்த அதிகாரக் குரலைக் கேட்டதும் திடுக்கிட்டான். அவன் தலையின் மீது ஒரு சாக்குப்பையை சுமந்துகொண்டிருந்தான். அவனுக்குப் பின்னால் மனைவியும் குழந்தைகளும் நின்றுகொண்டிருந்தார்கள்.

சாயங்கால நேரமாகயிருந்ததால் பழைய பஸ் ஸ்டாண்டிற்கு எதிரேயுள்ள அந்த ரோடு வந்து போகும் வாகனங்களோடு நெரிசலாகக் காணப்பட்டது. "என்ன தப்பு செஞ்சேன்னு, இந்த செகப்புத் தொப்பிக்காரன் நிக்கச்சொல்றான்?" என்று பயத்துடன் நின்றுகொண்டிருந்தவர்களின் அருகில் மிடுக்காக நடந்தபடியே வந்தான் கான்ஸ்டபிள்.

எந்த தப்புத் தண்டாவும் பண்ணலேன்னாலும் ஏழைகள்னா போலீஸ்காரங்களுக்கு அவ்வளவு எளக்காரம். கோபத்தோட கண்களை உருட்டி மிரட்டுவாங்க என்று சூரியின் மனைவி லட்சும்மா யாரோ சொல்லக் கேட்டிருந்தாள். அவள் பயந்து தன் குழந்தைகளை நெருக்கமாக இழுத்து பக்கத்தில் வைத்துக்கொண்டாள். பையனின் பெயர் காளிதாஸ். பத்து பதினோரு வயதிருக்கும். கிழிந்த நிக்கர். பழசாகி நைந்துபோன சொக்கா. கலைந்து கிடக்கும் தலைமுடி. ஒட்டிப்போன வயிறு.

அவனுடைய இடுப்பில் அப்பாவியாய் முழித்துக்கொண்டிருக்கும் எந்த புஷ்டியுமில்லாத ஒரு சின்னக் குழந்தை.

“மூட்டையில் என்ன இருக்கு?” கையிலுள்ள லட்டியால் தலையிலுள்ள மூட்டையில் அடித்தவாறு கேட்டான் கான்ஸ்டபிள்.

லட்டியால் அடித்ததில் மூட்டைக்குள்ளிருந்த பழைய தட்டுமுட்டுச் சாமான்கள் கடகட என சப்தமிட்டன.

“ஒண்ணுமேயில்ல சாமி. பழசான அலுமினியப் பாத்திரங்கள், பழைய துணிமணிகள்!” என்று பயந்தபடியே கூறினான் சூரி.

“திருட்டுப் பயலுகளா! அப்பிடித்தாண்டா சொல்வீங்க பகல்ல. ராத்திரியாயிட்டா உங்க ராஜாங்கம்தான். எறக்கு மூட்டையை!” கொடூரமாக கர்ஜித்தான் கான்ஸ்டபிள்! அவன் பெயர் கனகய்யன். முறுக்கிவிடப்பட்ட மீசை. பானையைப்போன்ற வயிறு. சிவந்து மிரட்டி விளிக்கும் முட்டை கண்கள். முகத்தில் இரக்கத்தின் சாயல்கூட தென்படவில்லை.

சூரி, மூட்டையை கீழே இறக்கியவன், “இந்த சாக்குல ஒண்ணுமேயில்லே. கிராமத்துல வாழ்றது ரொம்பவும் கஷ்டமா இருந்தது. ஏதாவது வேலை செஞ்சி பிழைச்சிக்கலாமேன்னு டவுனுக்கு வந்தோம்!” மூட்டையை அவிழ்த்தபடியே சொன்னான் சூரி. பயந்த குரலில் தன் கதையை.

அதுவரையில் சினிமா போஸ்டர்களையும், உயர்ந்து நிற்கும் மாடிக் கட்டடங்களையும், விதவிதமான கார்களையும், அதில் பயணம் செய்கின்ற டிப்டாப்பான மனிதர்ககளயும் வேடிக்கை பார்த்துக்கொண்டே வந்த காளிதாஸ், திடீரென்று இந்த போலீஸ்காரன் ஏன் இப்படி தன்னுடைய அப்பாவை பயமுறுத்துகிறான் என்று புரியாமல் அதிர்ச்சியுடன் பார்த்துக்கொண்டிருந்தான்.

“சூரியின் மூட்டையிலிருந்து எதையாவது கைப்பற்றி விட்டானா இந்த போலீஸ்காரன்?” என்று சந்தேகத்துடன் சிலர் கூட்டம் கூடி நின்று கவனித்துப் பார்க்கத் தொடங்கினர். சாக்கிலிருந்து ஒவ்வொரு பொருளாக எடுத்துக் காண்பித்துவிட்டு நிம்மதியாக மூச்சுவிட்டான் சூரி. அவன் சொன்னது உண்மைதான். அதற்குள் வெறும் தட்டுமுட்டுச் சாமான்களும், பழைய துணிகளும் மட்டுமே இருந்தன. மீண்டும் எல்லாவற்றையும் சாக்கிற்குள் போட்டு மூட்டையாகக் கட்டினான் சூரி.

“பெரிய பெரிய திருடனையெல்லாம் பிடிக்கமாட்டான்டா போலீஸ்! வா, வாடா போகலாம்!” என்று கூட்டத்திலிருந்து

யாரோ சொன்னது காதில் விழுந்ததும் போலீஸ் கனகய்யனுக்கு அவமானமாகப்பட்டது. தனது குறி தப்பிவிட்டது. கெட்டிக்காரத் தனத்திற்கே இழுக்கு ஏற்பட்டுவிட்டதாக நினைத்தான்.

லட்சும்மாவை நோக்கி எரித்துவிடுவதுபோல முறைத்தான். அவளுடைய நெஞ்சு தடக்தடக்கென அடிக்கத் தொடங்கியது. தலையின் மேலிருந்த டிரங்க் பெட்டியை கெட்டியாகப் பிடித்துக்கொண்டாள். அந்தப் பெட்டியையும் அவளையும் மாறி மாறி பார்த்தவன் "அதுக்குள்ள என்ன இருக்கு?" என்று கடுமையான குரலில் கேட்டான் கனகய்யன். கையிலிருந்த லட்டிக்கம்பை இப்படியும் அப்படியுமாக சுழற்றியவாறே இருந்தான்.

கனகய்யனின் அதட்டலைக் கேட்டதும் அவளுக்குள் நடுக்கம் பிறந்தது. லட்சும்மாவின் உயிர் முழுக்க அந்தப் பெட்டியில்தான் இருந்தது. கல்யாணமான புதுசில் சீர் என்ற பெயரில் அவளுடைய அம்மா தந்த பெட்டி அது. அப்போது முதல் அந்தப் பெட்டிக்கும் அவளுக்கும் பிரிக்க முடியாத பந்தம் ஏற்பட்டிருந்தது. கூலி நாலி என்று கிடைத்த பணத்தை அதில்தான் பத்திரப்படுத்தி ஒளித்து வைப்பாள். கல்யாணத்தில் தாலி கட்டும்போது கட்டியிருந்த விலையுயர்ந்த பட்டுப்புடவை இன்னும் அதில்தான் மடிப்பு குலையாமல் பத்திரமாக உள்ளது.

இன்னும் சொல்லப்போனானால் சூரி நல்ல நிலையில் இருந்தபோது விருப்பத்துடன் செய்து கொடுத்த தங்கத்தோடும் மூக்குத்தியையும் "குடும்ப சொத்தாக" அந்தப் பெட்டியில்தான் வைத்திருக்கிறாள். அந்த நகைகளை வாங்குவதற்கு அவர்களிருவரும் பகலும் இரவுமாகப் பட்டபாடு இன்னும் அவள் கண்களுக்குள் நிழலாடிக்கொண்டிருக்கிறது. எத்தனை கஷ்டங்கள், துன்பங்கள் எதிர்பட்டாலும் அந்த நகைகளை மட்டும் விற்காமல் பாதுகாத்து வருகிறாள்.

கனகய்யன் போட்ட சத்தத்தில் மிரண்டவளாய் அப்படியே கண்ணிமைக்காமல் பார்த்துக்கொண்டிருந்தாள் லட்சும்மா. அவள் அப்படி திகைப்புடன் பார்த்துக்கொண்டிருந்தது கனகய்யனின் எண்ணத்தை உறுதிப்படுத்தியது.

டவுனில் திருட்டுத்தனமாக போதை மருந்துகள் விற்கப்படுவதை தடை செய்ய உத்தரவு பிறப்பித்திருந்தார் எஸ் ஐ. பிடித்துத் தந்தால் பத்தாயிரம் ரூபாய் வெகுமதியளிப்பதாகவும் சர்க்கார் ஆணை பிறப்பித்திருந்தது. இவற்றையெல்லாம் வெற்றிகரமாகச் செய்து தந்தால் நாளை கிடைக்கப்போகும் ப்ரமோஷன் கனகய்யனின் கண்களில் பிரதிபலித்தது.

மனைவி பயந்து நடுங்கிக்கொண்டிருப்பதைப் பார்த்ததும் சூரி, லட்சும்மாவின் அருகில் வந்து தலையில் சுமந்துகொண்டிருந்த பெட்டியை இறக்கி, அதிலுள்ள பொருட்களைக் காண்பிக்கத் தொடங்கினான். பழைய கிளாஸ்களும், சத்துமாவு பொட்டலங்களும், கரண்டிகளும், ரவிக்கைகளும், சேலைகளும் நிரம்பிக் கிடந்தன! அவற்றின் அடியில் ஒரு சிறிய துணி மூட்டை.

"நாங்க திருடங்க இல்லே சாமி! கூலி வேலை செஞ்சி பொழப்பெ நடத்துறவங்க"

சூரியின் பேச்சு கனகய்யனின் மனதில் எரிச்சலை ஏற்படுத்தினாலும் வெளிக்காட்டிக் கொள்ளாதவனாய் சிரித்த முகத்துடன் "அந்தச் சின்ன மூட்டை? அதில் என்ன இருக்கு? அவ்வளவு பாத்திரப்படுத்தி வச்சிருக்கே!" என்ற கேள்வியில் போலீஸ் அதட்டல் இருக்கத்தான் செய்தது. தோல்வியை மனம் ஏற்க மறுத்தது. தோல்வியிலும் ஒரு கம்பீரமான நடிப்பு.

முடிச்சை கைகளால் துழாவியபடியே, "என் மனைவியோட கம்மலும், மூக்குத்தியும் சாமி! கஷ்டப்பட்டு சேத்துவச்சி வாங்கினது சாமி!" என்று சூரி பயந்தவனாய் பதட்டத்துடன் சொன்னான்.

அதைக் கேட்டதுமே சிரித்துவிட்டான் கனகய்யன். மானை துரத்தியபடியே வந்த புலி, தன்னுடைய இருப்பிடத்திற்குள் நுழைந்துவிட்ட மானைப் பார்த்துச் சிரித்தால் எப்படியிருக்குமோ அப்படிச் சிரித்தான்.

"ஆஹா...! அப்படின்னா கஷ்டப்பட்டு சம்பாதிச்சேன்னு சொல்றே?" என்றவன் நிதானமாக அந்த மூட்டையை கையில் எடுத்து அவிழ்த்து நகையின் மதிப்பை கையால் எடைபோட்டுப் பார்த்தான் கனகய்யன்.

"ஆமா சாமி! எம் புள்ளங்கமேல சத்தியமா!" என்று பேசி முடிப்பதற்குள் லட்டியை உயர்த்தினான் கனகய்யன். அடி விழுந்து விடுமென்று கைகளிரண்டையும் கட்டி தன்னைக் காத்துக்கெள்ள முயன்றவன் அப்படியே கீழே விழுந்தான் சூரி.

"திருட்டுப்பயலே! சொல்லு? எங்கருந்து களவாண்டே?" லட்டியை கீழே அவன் முகத்திற்கெதிராக நீட்டியபடியே கர்ஜித்தான் போலீஸ். சூரியின் வாயிலிருந்து வார்த்தைகள் வர மறுத்தது. அழுகைதான் குமுறிக்கொண்டு வந்தது. அவனது மனைவியும், குழந்தைகளும் ஓடி வந்து அவனைச் சூழ்ந்துகொண்டு அழ ஆரம்பித்தனர். அதற்குள் அங்கு குழுமியிருந்த கூட்டத்திலிருந்து கிசுகிசுப்புகள் ஒலிக்கத்தொடங்கின. கூட்டம்

அதிகரிக்கத் தொடங்கியதும் கனகய்யனுக்குச் சங்கடமாகயிருந்தது. அநியாயக்காரனுக்கு ஜனங்களைப் பார்த்தால் கிலி தோன்றத்தானே செய்யும். அதனால்தான் அங்கு கூடியிருந்தவர்களையெல்லாம் விரட்டியடித்தான் கனகய்யன்.

"இனி நடங்க ஸ்டேஷனுக்கு! அங்க தெரியும் நகை எப்படி வந்ததுன்னு! நேத்துத்தான் இந்த கம்மலும் மூக்குத்தியும் களவு போயிட்டதுன்னு கம்ப்ளெயின்ட் வந்தது. வாங்க, வாங்க!" என சூரியை, பலவந்தமாகப் பிடித்து கொஞ்சதூரம் வரை இழுத்துச் சென்றான் கனகய்யன். பின்னாலேயே மனைவியும், குழந்தைகளும் அழுதுகொண்டே செல்ல, சாமான்கள் அந்த இடத்திலேயே விழுந்து கிடந்தன.

சிறுவயதிலிருந்தே போலீஸ் என்றாலே சூரிக்கு அப்படி ஒரு பயம். காக்கி உடையும், சிகப்புத் தொப்பியும் பார்த்தாலே போதும். உடனே அவனுக்கு ஒரு சம்பவம் நினைவுக்கு வந்துவிடும்.

சூரியின் சிநேகிதன் நரசிம்மன். பிரஸிடென்ட் வீட்டில் வேலை செய்து வந்தான். ஒரு நாள் பிரிஸிடென்ட் மகளோட தங்கச் சங்கிலி காணாமல் போய்விட்டது.

வீட்டிலுள்ளவர்கள் நரசிம்மன் மீது சந்தேகப்பட்டனர். அவனை நிற்கவைத்து விசாரித்தபோது, "சத்தியமா எனக்கொண்ணுமே தெரியாது" என்று சொன்னான்.

போலீஸ் அவனை இழுத்துச்சென்று லாக்கப்பில் தள்ளிவிட்டது. பிரஸிடென்ட் மகளோட கொலுசு வண்ணானிடம் துணிகளை வெளுப்பதற்காகப் போடும்போது அந்த அழுக்குத் துணிகளிடையே கிடைத்துவிட்டது. ஆனால் அதற்கும் முன்பே போலீஸ் அடித்த அடியில் ஸ்டேஷனில் நரசிம்மனின் உயிர்போய்விட்டிருந்தது. அந்தச் சம்பவம் சூரிக்கு நன்றாகவே நினைவில் இருந்தது.

கனகய்யன் போலீஸ் ஸ்டேஷன் பெயரைச் சொன்னதுமே சூரியின் உடம்பெல்லாம் பதறியது. தாங்கமுடியாத பயத்தில் என்ன செய்வதென்று தெரியாமல் நடுங்கினான். போலீஸ்காரர்களிலும் நல்லவர்கள் இருக்கத்தான் செய்கிறார்கள் என்ற உண்மை அவன் புத்திக்கு எட்டவில்லைபோலும்.

"இந்த கண்டத்திலிருந்து நீதான் கடவுளே எம்புருஷனை காப்பத்தணும்" என்று எல்லா கடவுளையும் மனசுக்குள்ளேயே வேண்டிக்கொண்டாள் லட்சும்மா. "சினிமாவில் சிரஞ்சீவியைப் போன்ற ஹீரோக்கள் வந்து இந்த அநியாயத்தைத் தடுத்து நிறுத்த மாட்டார்களா?" என்று ஏங்கியது காளிதாஸின் மனம்.

“சாமி! சாமி! ஏழைங்க! எந்த பாவமும் அறியாதவங்க. எங்கள விட்டுடுங்க சாமி!” சூரி கதறியபடியே கனகய்யனின் காலை பிடித்துக்கொண்டான்.

இப்போது கனகய்யனுக்கு நிலைமை நன்றாகவே புரிந்துவிட்டது. இவனுக்கு ஸ்டேஷன் என்றதுமே பயம் பிடித்துவிட்டிருக்கிறது. சரிதான். இவன் திருடனோ, இல்லையோ, எவனாக இருந்தாலும் இவனை போலீஸ் ஸ்டேஷனுக்கு இழுத்துச் செல்வதால் தனக்கு கிடைக்கப்போவது ஒன்றுமில்லை. இங்கேயே இவனை பயமுறுத்தி... இருப்பதைப் பிடுங்கிக்கொண்டால், கிடைத்தவரை லாபந்தான்!

“உன்னை இப்படியே விட்டுட்டா திருடுபோன கேஸுக்கு யாரு ஜவாபு சொல்றதுடா!” என்று கருணை காட்டுவதுபோலச் சொன்னான் கனகய்யன். நடிப்பு என்று சூரிக்குத் தெரிந்தால்தானே.

“சாமி! நீங்க என்ன நெனச்சாலும் சரி! நீங்களாகவே ஒரு வழி பண்ணுங்க சாமி! குழந்தை குட்டிக்காரன். எங்கள விட்டுடுங்க சாமி!” _ “என்ன செய்தாலும் சரி, ஸ்டேஷனுக்கு மட்டும் கூட்டிக்கொண்டு போகவேண்டாம்” என்ற பயம் தொக்கி நிற்பது தெரிந்தது. அதற்காகவே எதிர்பார்த்திருந்த கனகய்யன் சுத்துமுத்தும் கண்களைச் சுழலவிட்டு,

“சரி, சரி! இதோ இந்த நகையை உரியவனிடம் சேர்த்துடறேன் நீங்க உடனே இந்த இடத்திலிருந்து போயிடுங்க!” என்று துரிதப்படுத்தினான்.

கனகய்யனின் அந்த வார்த்தை காதில் விழுந்ததுமே “பொழச்சோம் சாமியோ” என்று நினைத்தவனாய் மூட்டை முடிச்சிகளைச் சுருட்டியெடுத்துக்கொண்டு அங்கிருந்து ஓட்டமெடுத்தனர் எல்லோரும்.

ஒரு யுத்தத்தில் திறமையுடன் வென்றுவிட்டவனைப்போல புன்முறுவலுடன் கம்மலையும், மூக்குத்தியையும் சரிபார்த்தவனாய் பிராந்திக் கடையை நோக்கி நடையைப் போட்டான் கனகய்யன்.

ஒருசில நிமிடங்களிலேயே அந்த இடத்தில் எதுவுமே நடக்காததைப்போல மக்கள் நடமாடிக்கொண்டிருந்தனர். காலதேவன் கோபம் கொண்டவனாய் இருளைப் பரப்பத் தொடங்கிவிட்டான்.

***

“அய்யோ! எவ்வளவு அநியாயம்! எவ்வளவு அநியாயம்! அவனு வயித்துல புழுவு தொளைக்க! அவனுக்கு காலரா வர! அய்யோ! அய்யோ! ஆறுமாசம் கஷ்டப்பட்டு சம்பாதிச்சதையெல்லாம்

கவக்குன்னு பிடிங்கிட்டுப் போயிட்டானே! நாசமாப்போறவன்! இதுவே நம்ம கிராமமாயிருந்தா இப்படியெல்லாம் நடக்குமா! நாயா சொமந்து, வயித்துக்குத் திங்காமெ சேத்து வச்ச சொத்து! சின்னக்கொழந்தெ சாகக் கெடந்தப்போகூட விக்காம பத்திரப்படுத்தி வச்சேனே! அவனுக்கு எழவு விழ! அவன் நல்லாவே இருக்க மாட்டான்! எம்பாவம் அவனை சும்மாவிடாது!" வழியெல்லாம் லட்சும்மா பறிபோன நகைக்காக வயிறெரிய சாபமிட்டுக்கொண்டே வந்தாள், அந்த போலீஸ்காரனை.

மனைவியின் முகத்தை ஏறிட்டுப் பார்க்கவே அவமானமாக இருந்தது சூரிக்கு. "அவ்வளவுதான்! அவ்வளவுதான்! நம்மளப்போல இருக்குற ஏழை பாளைங்களெ பார்த்தாலே அவங்களுக்கு அவ்வளவு எளக்காரம்!" என்று மனைவியை சமாதானப்படுத்த முயன்றான்.

ஏன்தான் இப்படியெல்லாம் நடக்கிறதோ? என்பது புரியாதவனாய் குழப்பத்துடன் கைக்குழந்தையை இடுப்பில் இடுக்கிக்கொண்டபடியே நடந்துகொண்டிருந்தான் காளிதாஸ். தெருவிளக்குகள் ஆங்காங்கே ஒளியை பரப்பிக்கொண்டிருந்தன. ஒரு மரத்தினடியில் ஒரு பெண் சுள்ளிகளைப் பற்ற வைத்துக்கொண்டிருந்தாள். சற்றுத் தள்ளி ஒரு மனிதன் பீடிப் புகையை இழுத்துவிட்டபடி அமர்ந்திருந்தான். மரக்கிளையில் தொங்கிக்கொண்டிருந்த சேலைத்தொட்டிலில் சின்னக்குழந்தை அழுதுகொண்டிருந்தது.

அந்த மரத்தினடியில் ஒரு ஓரமாக மூட்டையை இறக்கிய சூரி, "உட்காருங்க!" என்றான் மனைவியையும் குழந்தைகளையும் பார்த்து.

"யாரது!" பீடி குடித்துக்கொண்டிருந்த ஆசாமி எச்சரித்தான். "நாங்கதாண்ணே!" என்றவாறு சூரி அருகில் சென்று, ஜேபுக்குள் வைத்திருந்த பீடியை எடுத்து பற்றவைத்தான். எங்கே அந்த மரத்தடியில் தங்க விடாமல் துரத்திவிடுவானோ என்ற பயத்தில் மெல்ல பேச்சுக் கொடுத்தான்.

"ஒண்டிமிட்ட கிராமத்திலிருந்து வர்றோம். மழை இல்லே. ஒரே பஞ்சம். வறட்சி. குடிக்கிறதுக்கு ஒரு சொட்டு தண்ணிகூட இல்லாம ரொம்ப கஷ்டமா போச்சி. கூலிக்கு வேலை கெடைக்காம சாப்பாட்டுக்கு வழிதெரியாததுனால இந்த டவுனுக்கு வந்திருக்கோம்.

இங்கண ஏதாவது வேலை வெட்டி கெடைக்காமலா போயிடும்னு பொண்டாட்டி புள்ளைங்களையும் கூடவே

கூட்டிட்டு வந்துட்டேன்!" என்று தனது நிலையை வருத்தத்துடன் தெரியப்படுத்தினான் சூரி.

அவனுடைய பேச்சைக் கேட்டதும் அந்த மனிதன் 'க்ளக்'கென வாய்விட்டுச் சிரித்தான். "பொணம் மேலயிருந்து அடுப்புக்குள்ள விழுந்த மாதிரியிருக்கு! உட்காரு உட்காரு!" என்று இடத்தைக் காண்பித்தவன் , "உன்னைப்போலத்தான் நானும் வந்தேன். ஆறு மாசமாகுது! ரொம்ப கஷ்டப்பட்டுட்டுத்தானிருக்கேன்! ஒரு நேரம் வயித்தை கழுவுறதுகூட பாரமாத்தான் போகுது!" என்றான்.

ஆற்றில் அடித்துச் செல்பவனுக்குதுணை கிடைத்ததுபோலிருந்தது சூரிக்கு. "பரவாயில்லை, இன்னிக்கி ராத்திரி கழிஞ்சிருச்சி" _ என்று எண்ணியபடி உட்கார்ந்துகொண்டான்.

***

அந்த மரத்தடியில் சாமான்களைக் காவல் காக்க காளிதாசனை இருக்கச் சொல்லி, ஏதோ ஒரு வேலையைத் தேடி தினமும் சூரியும் லட்சும்மாவும் கைக்குழந்தையை தோளில் சுமந்தபடியே செல்வார்கள். காளிதாஸ் அங்கேயே காவலிலிருந்து தினமும் அம்மா, அப்பா சம்பாதித்து வந்ததில் சாப்பிட்டு கண்ட இடத்தில் திரிந்துகொண்டிருப்பான்.

ஒருநாள் வேலையொன்றும் கிடைக்காததால் எல்லோரும் பட்டினியுடன் படுத்துக்கொண்டார்கள். காலையில் எழுந்ததுமே பசியோடு வேலை தேடி ஊருக்குள் சென்றிருந்தனர் இருவரும்.

பொழுது உச்சிக்கு ஏறிவிட்டது. பசியால் வயிறு குடைந்துகொண்டிருந்தது. முழங்காலை முகவாய் கட்டையில் முட்டுக்கொடுத்தபடி வருகிறவர்களையும் போகிறவர்களையும் கவனித்துக்கொண்டிருந்தான் காளிதாஸ்.

இரண்டு மூன்று முறை எழுந்து சென்று குழாயடியில் தண்ணீர் குடித்துவிட்டு வந்தான். பசி குறைந்தபாடில்லை.

பொழுது தாழ்ந்த நேரம். அவன் ஒரு முடிவெடுத்தவனாய் எழுந்து கொஞ்சதூரம் நடந்து சென்றான். ஒரு கடையின் முன்னால் நின்றவாறு "அய்யா! பசியா இருக்கு... தர்மம் செய்யுங்கய்யா!" என்று ஹீனஸ்வரத்தில் கேட்டான். அவனுக்கு அவர்களுடைய ஊரில் வாங்கித் தின்னும் பிச்சைக்காரனின் ஞாபகம் வந்தது.

"டேய்! போடா போ! ஒண்ணுமில்லே! பொழுதுக்கும் இந்த பிச்சைக்காரங்களோட தொல்லையை தாங்க முடியலே!" என்று விரட்டினான் கடைக்காரன்.

காளிதாசனின் மனம் சங்கடப்பட்டது. மற்றொரு கடையின் முன் சென்று நின்றான். அதே தூரத்தில் ஆசை அடங்காமல் இன்னுமொரு கடைக்குச் சென்று கேட்டான். அந்தக் கடைக்காரன் ஒரு பத்துப் பைசாவை எடுத்து வீசியெறிந்துவிட்டு, "ம்... போ போ!" என்று விரட்டியடித்தான்.

அந்த பத்துப் பைசா நாணயத்தைக் குனிந்து எடுப்பதற்குள் ஒரு கூட்டம் அவனைத் தள்ளிக்கொண்டு வேகமாக உள்ளே நுழைந்தது. அவர்கள் கட்டம் போட்ட கைலியும் பனியனுமாக பெரிய பெரிய மீசைகளுடன் இருந்தார்கள். அவர்கள் பேச்சு அடாவடியாக இருந்தது.

"ஊம் நடக்கட்டும்! நடக்கட்டும்! ஐநூறு!" என்றார்கள்.

கடைக்காரன் பயந்துபோய் கேட்ட பணத்தை எடுத்துத் தந்து வணக்கம் போட்டான். அப்படியே அவர்கள் ஒவ்வொரு கடையிலும் பணத்தைப் பறித்துக்கொண்டே சென்றனர்.

காளிதாஸிற்கு அவையெல்லாம் ஒருவிதமான ஆச்சரியமாகத் தோன்றியது. இப்படிப்பட்ட சம்பவங்களெல்லாம் சினிமாவில் மட்டுமே பார்த்திருக்கிறான். இப்போது கண்கூடாகவே கண்டுவிட்டான். அவர்கள் இன்னும் எப்படியெல்லாம் நடந்து கொள்கிறார்கள் என்பதை பார்ப்பதற்காகவே பின்னாலேயே நடந்து சென்றான்.

கடைசியில் ஒரேயொரு கடைக்காரர் மட்டும் பணம் தர மறுத்து, "எதுக்காகத் தரணும்?" என்று தைரியத்துடன் கேட்டார். "உனக்கு ஒண்ணுமே தெரியாதா? எங்க அண்ணே ஜெயில்லருந்து வெளிவர்றாரு. பெருசா ஊர்வலம் நடத்திக் கொண்டாடணும். உன் பங்கு ஐந்நூறு... ம்... எடுத்து வையி...!" என்று மிரட்டினான் ஒருவன்.

"அவ்வளவு எங்கிட்ட இல்லே. இந்த இருபத்தைஞ்சு வைச்சிக்கோ..." கடைக்காரன் சொல்லி முடிக்கும் முன்பே கன்னத்தில் அறை விழுந்தது. "கபர்தார்! கடையே இல்லாமே போயிடும். சூறையாடிடுவோம்" என்றபடியே கல்லாபெட்டியை இழுத்து கைநிறைய நோட்டுகளை அள்ளிக்கொண்டு நெஞ்சை நிமிர்த்தியபடி சென்றுவிட்டனர்.

அடிபட்ட கடைக்காரனின் கடைக்கு முன்னால் மற்ற கடைக்காரர்களெல்லாம் ஒன்று கூடி நடந்த அநியாயத்தை எடுத்துச் சொல்லி புலம்பிக்கொண்டிருந்தனர். எல்லாமே பயத்தை அதிகமாக்கிக் கொண்டேயிருந்தன. எதையுமே நம்பும் நிலையில்

இல்லை அவன். கடைக்காரர்களெல்லாம் ஒரே இடத்தில் கூட்டம் கூடி நிற்பதைக் கண்ட ஒரு பதினைந்து வயதுப் பையன் அதற்காகவே காத்துக்கொண்டிருந்தவன்போல. ஒரு கடைக்குள் சடாரெனப் புகுந்து கைக்குக் கிடைத்த பொட்டலங்களை, கடற்கரையோரத்தில் காயவைத்திருந்த மாமிசத்துண்டங்களை பருந்து லபக்கென கொத்திச் செல்வதைப்போன்று கையில் எடுத்துக்கொண்டு ஓடிக்கொண்டிருந்தான்.

கடையை விட்டு வந்து கூட்டம் கூடி பேசிக்கொண்டிருந்தவர்களில் ஓர் ஆசாமி, தன் கடைக்குள்ளிருந்து யாரோ ஒருவன் திருடிச் செல்வதைப் பார்த்ததும் "அய்யோ! திருடன்! திருடன்! பிடிங்க! பிடிங்க!" என்றபடியே பின்னால் ஓடத்தொடங்கினர். எல்லோரும் சேர்ந்து திருடன்! திருடன்! விடாதே... பிடி!" என்று பெருத்த குரலில் கத்த ஆரம்பித்ததும், எங்கே தன்னைத்தான் அப்படி நினைத்துக் கொண்டார்களோ என நினைத்து காளிதாஸ்கூட ஓடத் தொடங்கினான். வெகுதூரம் சென்றதும் யாரும் தன்னை பின்தொடரவில்லை என்று தெரிந்துகொண்டபின் சற்று நின்று சுற்றுமுற்றும் கண்களால் துழாவினான். ஒரு திண்ணையின் மேல் தென்பட்டான் திருடன்.

"டேய்! இங்கவாடா!" என்று காளிதாஸை அழைத்தான். கடையிலிருந்து திருடிவந்த பொட்டலங்களை அவிழ்த்தவாறு "இந்தா, இதைத்தின்னு!" நான்கைந்து பிஸ்கெட்களைத் தந்து தன்னுடைய ஹீரோயிஸத்தை காளிதாஸிற்கு முன்னால் வெளிப்படுத்தினான்.

"பார்த்தாயா நிலமையை! கெஞ்சிக்கேட்டா எவனும் தரமாட்டான்... புகுந்து அடிச்சிட்டுப் போறவனுக்குத்தான் காலம்! அவங்ககிட்ட அப்படித்தான் நடந்துக்கணும்...!" யானாதி பிஸ்கட்டுகளை வாய்க்குள் திணித்தபடியே சொன்னான். அவன் கொடுத்ததை வாங்கிக்கொண்ட காளிதாஸ், "அண்ணே! தப்பு இல்லையா?" மனதில் தோன்றியதை வெளியிட்டுவிட்டான். அதைக்கேட்ட யானாதி கடகடவெனச் சிரித்தான்.

வியப்புடன் யானாதி நடந்துகொண்டதைப் பார்த்தவாறே காளிதாஸ் பிஸ்கட்டை சாப்பிடத் தொடங்கினான். அவனுக்கு நல்ல பசி வேறு "எதுடா தப்பு? அடேய்... சாப்புடத்தானடா எடுத்தேன்... அது தப்புன்னு எப்படிடா சொல்ல முடியும்! எளியவங்களுக்குத் தராமல் ஒளிச்சி வச்சிக்கிறது தப்பு இல்லியா? நோட்டு நோட்டா அந்த ரௌடிப்பசங்க வந்து அதட்டிக் கேட்டதும் பயந்து அள்ளிக் கொடுக்குறது தப்பு இல்லியா? டேய்! நீ சின்னப்பயல். உனக்குத் தெரியாது. எம் பின்னால

வா! இந்த உலகத்தைப் புரிஞ்சுக்குவே" உபதேசிப்பதைப்போல எடுத்துரைத்தான் யானாதி.

முட்புதர்களுக்கிடையில் சிக்கித் தவித்துக்கொண்டிருந்த காளிதாஸ் புரிந்தும் புரியாமலும் விழித்தான். ஆனால் யானாதி பேசியதிலும் நியாயம் இருப்பதுபோல அவன் மூளையில் ஏதோ சின்னப் பொறி தட்டி உணர்த்தியது.

கணவனும் மனைவியுமாய் தினந்தோறும் கூலி வேலைக்குப் போய்விட்டபிறகு, காளிதாஸ் அந்த யனாதியோடு சேர்ந்து கொள்வான். அவன் சொல்கின்றபடி நடந்து கொள்வான். சொன்னதைச் செய்வான். ஒருவருக்கொருவர் உடந்தையாக, நட்புகொண்டு இருந்தனர்.

ஒருநாள் திருடிக்கொண்டு வந்ததைச் சாப்பிட்டவாறு, தரையில் கட்டம் வரைந்து ஆடு புலியாட்டம் ஆடிக்கொண்டிருந்தனர். ஒவ்வொரு தடவையும் காளிதாஸ்தான் ஆட்டத்தில் தோற்றுக்கொண்டிருந்தான்.

"அதென்ன அண்ணே! ஒவ்வொரு தடவையும் நானே தோத்துக்கிட்டிருக்கேன்?"

"அதுதான்டா காளி! ஜெயிக்கிறதுக்கும் திறமை இருக்கணும்! அது இல்லாமத்தான் தோத்துக்கிட்டிருக்கே!" யனாதி பேசினால் கேட்டுக்கொண்டே இருக்கலாம்போல தோன்றும் காளிதாஸிற்கு. உலகத்தையே நன்றாகக் கண்டுவிட்டவன்போல பேசுவான்.

"திறமைன்னா என்ன அண்ணே?" சந்தேகத்தை வெளிப் படுத்தினான் காளிதாஸ்.

யானாதி தன்னைத் தயார்படுத்திக்கொண்டு, ஆசிரியர் மாணவனிடம் எடுத்துச் சொல்வதைப்போல கூறத்தொடங்கினான். "இந்தப் பிரபஞ்சத்தில் மனுசன் வாழணும்னா திறமை வேணும். அதை அறிவுன்னு சொல்லலாம், தைரியமுன்னு சொல்லலாம், பலம்னும் சொல்லலாம்!"

காளிதாஸ் உற்சாகத்துடன் கேட்பதைப் பார்த்ததும் இன்னும் விவரிக்கத் தொடங்கினான் யானாதி. "கடைக்காரங்ககிட்ட ரௌடிகள் எப்பிடி மாமூல் கறந்தாங்க! அது அவங்களோட திறமை.

நான் எப்பிடி கடைக்குள்ள புகுந்து கைக்குக் கிடச்சதை தூக்கிட்டு வந்தேனோ, அது என்னோட தைரியம்! அவ்வளவு எதுக்கு? உங்க அம்மாவோட நகையை அந்தப் போலீஸ்காரன் லாவகமாக சுருட்டிட்டுப் போனான்? அது போலீஸ்காரனோட

பலம்! அறிவை பல வகையில் பயன்படுத்தலேன்னா மனுஷனால வாழவே முடியாது. செத்துத்தான் போகணும்!"

காளிதாஸ் யோசிக்க ஆரம்பித்தான். சிக்கல்களுக்கெல்லாம் தெளிவான பதில் கிடைத்துபோலத் தோன்றியது. இருப்பினும், சந்தேகத்தை நிவர்த்தி செய்துகொள்ள கேட்டான். "அண்ணே! அந்தப் போலீஸ்காரங்கிட்டருந்து அம்மாவோட நகையை திரும்பப் பிடுங்கிட்டு வரணும்னா எந்தத் திறமையை பயன்படுத்தணும்?" என்றான்.

யானாதிக்கு அவனுடைய கேள்வி சற்றே குழப்பத்தைத் தந்தது. சரியான பதில் சொல்ல முடியாததால் ஆட்டத்தில் நாட்டம் கொண்டவன்போல நடித்தான்.

"இதோ பாரு காளீ! உன் ஆட்டை கொன்னுட்டேன்! என் புலி வீரமா ஜெயிச்சு திறமையோட நின்னுட்டிருக்கு" என்றான்.

"எனக்குக் கிடைக்க வேண்டிய பதில் அது இல்லே அண்ணே! இனி நடிப்பதில் பயனில்லை என்பதை புரிந்துகொண்ட யானாதி"

"அடேய் தம்பி! பொழக்கிறதுக்கு தைரியம் வேணும்னு சொன்னேனா? தைரியம்னா துணிவுடா! அப்படின்னா நீ புலியா மாறணும்" சொன்னானே தவிர அதுதான் சரியான சமாதானமாக அவனுக்கே தோன்றவில்லை. யோசிக்க ஆரம்பித்தான். இருவரிடையே சிறிதுநேரம் வரை அமைதி நிலவியிருந்தது.

திடீரென்று, "டேய் காளி!" என்றான் யானாதி. அவனது குரலில் ஏதோ ஒரு திடமான முடிவு ஒலித்தது.

"என்ன அண்ணே?"

"எழுந்திரு, போவோம்!" என்று வேகமாக எழுந்தான் யானாதி. எங்கே? என்று கேட்கத் தோன்றாமல் மந்திரத்தால் கட்டுண்டவன்போல பின்னால் நடந்தான் காளிதாஸ்.

***

இரண்டு நாட்களாக காளிதாஸ் தென்படாமல் போகவே அம்மாவும் அப்பாவும் கவலையுடன் காணப்பட்டார்கள். அந்தப் பகுதி முழுவதும் தேடிப் பார்த்தனர். "பொழைச்சிருந்தா என்றாவது ஒருநாள் இந்த மரத்தடிக்கு வராமலா இருக்கப்போறான்?" என எதிர்பார்த்துக் காத்திருந்தார்கள்.

பொழுது விடிந்தது முதல் அந்தி சாயும் நேரம் வரைக்கும் வயிற்றுப்பாட்டிற்காக அனுபவிக்கின்ற கஷ்டத்தைக் காட்டிலும் பையன் காணாமல் போனதில் பத்துமடங்கு வேதனை அவர்களை

வாட்டி வதைத்தது. நான்கைந்து ஆண்டுகள் சென்றுவிட்டால் பெரியவனாகி தோளோடு தோள் கொடுத்து உதவுவான் என்று நம்பிக்கை வைத்திருந்தார்கள். தங்கள் கஷ்டங்களுக்கெல்லாம் அவன்தான் வடிகாலாக நின்று கடைத்தேற்றுவான் என எத்தனை ஆசையுடன் எதிர்பார்த்திருந்தால், இப்படி கண்ணுக்குத் தெரியாமல் மறைந்துவிடுவானென்று கனவிலும் நினைத்திருக்கவில்லை.

அன்றைய இரவில் அருகே ஏதோ சத்தம் கேட்டதும், "காளிதாஸ்தான் வந்துவிட்டான்போலும்" என நினைத்து எழுந்து உட்கார்ந்துகொண்டார்கள். ஆனால் அடுத்த நிமிடமே நிராசையுடன் சுருண்டு படுத்துக்கொண்டனர்.

நடு இரவு. தூரத்தில் நாய்கள் குரைக்கும் சத்தம். அவர்கள் மனதிற்குள் இனம்புரியாத ஒரு நம்பிக்கை மினுக்மினுக்கென மிளிரத் தொடங்கியது. யாரோ பேசும் குரல். ஓடிச்செல்லும் காலடி ஒலிகள். போலீஸ்காரனின் விசில்கள். யாரோ ஓடுகிறார்கள்.

வர வர அந்தக் காலடி சத்தம் அருகாமையில் கேட்கத் தொடங்கியது. முதலில் இருவர். ஒருத்தன் உயரமாக இருக்கிறான். இன்னொருத்தன் சற்றே சிறியவனாக உள்ளான். பின்னாலிருந்து அவர்களைத் துரத்தியபடியே இரண்டு போலீஸ்காரர்கள்.

"இதோ பாரு! இந்தா உன்னைத்தானே! அதோ பின்னால் ஓடுறவன், நம்ம புள்ளயாண்டானாட்டம் இல்லே?" அடித்தொண்டையில் மெதுவாகக் கேட்டாள் சூரியின் மனைவி.

"ஏய்! வாயை மூடு! நம்ம புள்ள எதுக்காகத் திருடப் போறான்?" வெடுக்கென கூறினான் சூரி. அவன் அவ்வளவு நம்பிக்கை வைத்திருந்தான், தன்னுடைய மகனிடம். அவர்களுடைய காலடி ஓசை தூரமாகிப் போனது. மறுபடியும் நிசப்தம் வியாபித்து விட்டது.

"நாம நம்ம ஊர்லயே இருந்திருந்தோம்னா நம் புள்ள நம்மல விட்டு போயிருக்க மாட்டான்!" தாயின் மனம் மகனுக்காக ஏங்கிக்கொண்டிருந்தது.

"வருவான், வருவான்! ஆம்புள, அவனுக்கென்ன? பேசாம படுத்துத் தூங்கு! சூரி" மனைவியை சமாதானப்படுத்திப் பேசினாலும் அவன் மனதுக்குள் கவலை இருக்கத்தான் செய்தது. சூரி எண்ணியது போலவே திடீரென்று காளிதாஸ் பொழுது புலர்வதற்கு முன் வரத்தான் வந்தான். எப்பவும்போல் அல்ல, சூறாவளியாய் வந்து குதித்து நின்றான். பயந்து பயந்து... படபடப்புடன் வந்தான்.

“அம்மா! அம்மா! எழுந்திரும்மா என்றான் சற்று தூரத்தில் வரும்போதே சத்தமிட்டான். லட்சும்மா ஒரே சமயத்தில் திடுக்கிட்டு எழுந்து உட்கார்ந்தாள். சந்தோசத்தில் அவள் மனம் துள்ளியது. ஏதோ கேட்க நினைத்தாள் சூரியும் எழுந்து அமர்ந்து விட்டான். மகனிடம் ஆவலுடன் பேச முனைந்தான். ஏதேதோ கேட்க வேண்டும் என்று நினைத்தாலும் பேசுவதற்கு அவகாசம் கிடைத்தால்தானே!”

அந்த போலீஸ்காரன் வீட்ல புகுந்து தேடினோம். அம்மா! ஆனா நகை கிடைக்கல்லே! இதோ இந்த நோட்டுக்கள தள்ளிட்டு வந்துட்டோம்!” என்றவாறு தாயின் கைகளில் கைநிறைய நோட்டுகளைத் திணித்தவாறு, “போரேம்மா, எனக்காக கவலைப்பட வேண்டாம்! அந்த போலீஸ்காரன் தொரத்திட்டுவாரான். நயினா! அம்மாவ ஜாக்கிரதையா பாத்துக்கோ! அம்மா! கைப்புள்ளெயெ நல்லா கவனிச்சிக்கோ!

லட்சும்மாவும் சூரியும் மகனின் வார்த்தைகளைக் கேட்டு திடுக்கிட்டு நின்றனர். பூமியே தலைகீழாய் சுற்றுவதுபோல இருந்தது.

“அடேய்! அடேய்! இப்படிப்பட்ட வேலையெல்லாம் வேண்டான்டா... போலீஸ்காரங்க...” வந்த வேகத்திலேயே திரும்பத்துடிக்கும் மகனின் கையைப் பிடித்து புத்திமதி சொல்லத் தொடங்கினான்.

தூரத்தில் போலீஸ் விசில் கேட்கத் தொடங்கியிருந்தது. “பயப்படாதீங்க! திரும்பவும் வருவேன்!” தந்தையின் பிடியை விலக்கிக்கொண்டபடியே பதில் சொன்னான். தூரத்தில் நின்றிருந்த யானாதிக்கு சைகை செய்து வேகமாக ஓடிவிட்டான் காளிதாஸ்.

“மகனின் பேச்சும், போக்கும்” அவனின் துடிப்பான செயலையும் ஜீரணிக்க முடியாதவர்களாய் ஸ்தம்பித்து நின்றுவிட்டிருந்தார்கள். அந்த அப்பாவித் தம்பதிகள்.

•

எறும்புகள்

ஆகாயத்திற்கும் பூமிக்கும் தொடர்ந்து பெய்துகொண்டிருந்த மழை நின்று இரண்டாவது நாள் அது. ஒரு வாரமாக ஆஜராகாமல் மறைந்து நின்ற சூரியன் அன்றுதான் மேகத்தை விலக்கியபடி மெல்ல எட்டிப் பார்த்தான்.

பூமி இன்னும் ஈரமாகவே இருந்தது. சாலை ஓரங்கள் மண்ணும் சகதியுமாக குண்டும் குழியுமாக பார்க்கச் சகிக்கவில்லை.

உடுப்பி ஹோட்டலின் நுழைவுவாயிலின் படிக்கட்டுகளுக்கு இடதுபுறம் ஒரு மூலையிலுள்ள சின்னஞ்சிறிய துவாரத்திலிருந்து வேகமாக வெளிவந்தது அந்த எறும்பு. நிமிட நேரம் சுற்றுமுற்றும் பார்த்த பின்னர் மெதுவாக முன்னேறிச் செல்ல தொடங்கியது நாலு அங்குலம்கூட சென்றிருக்காது. அதற்குள் அதே துவாரத்திலிருந்து மற்றொரு எறும்பு வெளி வந்து ஓட்டமும் நடையுமாக முதலாவது எறும்புடன் சேர்ந்துகொண்டது.

ஆரவாரமற்ற அந்த அமைதியான சூழ்நிலையில் எறும்புகள் இரண்டும் சுவற்றை ஒட்டியே மெல்லிய கம்பி போன்ற சுவட்டை பதித்தவாறு நகர்கின்றன.

படிச்சிகிட்டு உட்கார்ந்திருந்து விட்டு அதன்பிறகு அமைதியா தூங்கலாமென்றாலும் மனசு சும்மாயிருக்காது. அந்த பேப்பருல படிச்சதப் பத்தி யோசிக்கத் தூண்டும். மீண்டும் அப்போலோ 11ஐ பத்தி, ராஷ்ட்ரபதியைப் பற்றி, தெலுங்கானா பிரச்சனைகளைப்

பற்றிய ஆலோசனைகள் தொற்றிக் கொள்ளும். தூக்கம் பிடிக்காது. புள்ளைங்க அவங்க சம்சாரம் அவங்க கவனிச்சிக்கிடுறாங்ன்னு சிந்திக்காம இருப்போமுன்னு நினைச்சாலும் மனசு கேக்காது. அவங்களையே ஒவ்வொரு நிமிடமும் ஞாபகப்படுத்திக் கொண்டேயிருக்கும். அவங்கள பத்திய நினைப்புலயே, தூக்கம் வரவே வராது.

ஒருமுறையாவது நிம்மதியா, திருப்தியா தூங்கிய நாள் எனக்குத் தெரிஞ்சு இல்லவே இல்லை. வாழ்க்கை முழுவதும் தூக்கத்திற்காக முகமே வீங்கிப்போனாப்புல தோணுது. ஒரு தடவையாவது சிந்தனையில்லாம தூங்குற வரத்தை கடவுள் கொடுக்கக் கூடாதா? “என்னை எழுப்பாதீர்கள்” என்று போர்டு மாட்டிட்டு தூங்கணுமென்று முயற்சி செய்தாலும் போன் சத்தமோ பக்கத்து வீட்டு பையன் பேப்பருக்காகவோ காய்கறிக்காரனோ, பேப்பர்க்காரனோ, இரவு நேரமாயிருந்தா அடுத்த வீட்டு கைக்குழந்தையின் அழுகை சத்தமோ, நாயோ, நரியோ, ஏதோ ஒரு விதமாக நித்திரைக்கு பங்கம் விளைவிக்காம இருக்காது.

இனி, ரெண்டு மணி கடந்துடுச்சின்னா கோழி கூவ ஆரம்பிச்சிடும். இந்த ரெண்டு மணி வரைக்குமாவது ஒரு சின்ன கோழித் தூக்கமாவது தூங்கலேன்னா நாளைக்கு காலம்பறயே எழுந்திரிச்சி வீட்டு வேலைகளைச் செய்ய மனசு வராது.

ஒருநேரம் எழுந்திருக்கலேன்னா வீடு வீடா இருக்காது. இப்ப இருக்குற சிந்தனையோட்டத்திற்கு ரெண்டு மாத்திரைகளை போட்டுக்கலேன்னா சுத்தமா தூக்கம்பிடிக்க வழியே இல்லையெனத் தோணுது.

எழுந்து சென்று ஒரு டம்ளர் குடிக்க தண்ணியும் அலமாரியிலிருந்த நித்திரைமாத்திரைகளடங்கிய பாட்டிலையும் எடுத்து வந்தேன். உடம்பெல்லாம் குத்தறாப்புலயிருந்தது. நிம்மதியா உட்கார்ந்து பாட்டிலின் மூடியைத் திறந்து மெதுவாக இடதுகையில் ஒரு மாத்திரைக்காக பாட்டிலை சாய்த்தேன். கை வெடவெட வென நடுங்கியது. பாட்டிலுள்ள மாத்திரைகளெல்லாம் கைக்குள் வந்து விழுந்தன. அவைகளெல்லாம் தூக்க மாத்திரைகள். அவைகளில் தூக்கம் இருக்கிறது. அந்தத் தூக்கம் எனக்குத் தேவை.

ஒரு தடவையாவது நிம்மதியாக உடம்பை மறந்து தூங்கணும் போல இருக்கு. பாழாப்போன கோழித்தூக்கம் எனக்குத் தேவையில்லை. மனிதத் தூக்கம் வேண்டும். அந்த அனுபவத்தை பிறந்ததிலிருந்து நான் அறியேன். இன்று அந்த அனுபவத்தை பெற முடிந்தால் அந்த மட்டும் யோசனைகளுக்கே என் இதயம்

பொங்கி வழிந்தது. தூக்கத்திற்கு மிஞ்சிய சுகம் இந்த பிரபஞ்சத்தில் வேறொண்ணுமில்லை. இதுவரையிலும் என்கு லபிக்காத சுகம் அதுவே. ஒரேயொரு முறை ஆசைதீர சுகமாக தூங்க வேண்டும்.

எதுக்கும் நல்லதுன்னு மீண்டும் எழுந்து டேபிளிலிருந்த காகிதத்தையும் பென்சிலையும் எடுத்துக் கொண்டேன். மடியில் புத்தகத்தின்மேல் காகிதத்தை வைத்து பென்சிலால் நாலு வார்த்தை நடுங்குகின்ற கையோடு எழுதினேன்.

என்னங்க, பயப்படாதீங்க. தூங்கிகிட்டிருக்கேன். அவ்வளவு தான் தற்கொலை செஞ்சுக்கிட்டேன்னு தப்பா நெனைக்காதீங்க.

கேவலம் தூக்கத்திற்காக தூங்கிக் கொண்டிருக்கிறேன் சுகமான தூக்கத்திற்காக மட்டுமே!

தரையெங்கும் சொதசொதப்பாய், ஆங்காங்கே குழிகளில் தண்ணீர் தேங்கி மேடும் பள்ளமுமாகக் காணப்படுவதால் மிக்க கவனமாகவே சின்னஞ்சிறிய கால்களால் சிறுகச் சிறுக நகர்ந்து சென்றன, அவை இரண்டும்.

சற்றுத் தூரம் சென்றதும் இரண்டாவதாக வெளிவந்த அந்த சின்ன எறும்பு சற்று துரிதகதியில் செல்லத் தொடங்கியது. அப்படிச் செல்வதில் அதற்குத் தனியொரு மகிழ்ச்சிபோலும்.

முதலில் வெளிவந்த பெரிய எறும்பு நீலி சுற்றும்முற்றும் கவனத்துடன் பார்த்தவாறு தன் தங்கையின் வேகத்தைக் கண்டு கலக்கமுற்றது.

“ஏய். சிட்டி கொஞ்சம் மெதுவா. சுத்துமுத்தும் பார்த்துக்கிட்டு நட. நீ ஒடுற ஒட்டத்தப் பார்த்தா, நழுவி கீழே விழுந்து நசுங்கிடப் போற. பாத்து மெதுவா நட” என்று தங்கையை எச்சரித்தது.

சிட்டி எறும்போ அக்காவின் அறிவுரையை சற்று அதிகமாகவே வெளிப்படுத்தியது. துள்ளித்துள்ளி குதித்தபடியே செல்வதும் நடுநடுவே அதே வேகத்துடன் பின்னால் திரும்பி ஓடிவந்து நீலியைச் சுற்றி வட்டமடிப்பதும் மீண்டும் வேகமாக முன்னால் ஒடுவதுமாகச் சென்றது.

“அடியே சிட்டி ஏ. பேச்சு ஒ. காதுல ஏறலையா? நா சொல்லச் சொல்ல இப்படி ஒட்டமா ஒடி ஒனக்கு நீயே வம்பை விலைகொடுத்து வாங்கிக்காதே”

நீலி சொல்லச் சொல்ல, அந்த சிட்டி எறும்பு இன்னும் அதிகமாக ஒட்டத்தைத் தொடர்ந்தது. தன் தங்கையை வெளியில் அழைத்து வர சிறிதுகூட விருப்பமில்லை நீலிக்கு. வீட்டில்

அம்மாகூட, சிட்டியை அழைத்துப்போக வேண்டாம் என்றுதான் சொன்னாங்க. ஆனால் சிட்டி கேட்டால்தானே.

ஒரு வாரமாகப் பெய்த மழையில் எறும்புகளின் இருப்பிடமெல்லாம் நனைந்து சேறாகக் கிடந்தது. அவை தங்கள் உணவுக் கிடங்கில் சேமித்துவைத்த உணவையெல்லாம் அப்படியே போட்டுவிட்டு தப்பித்தோம் பிழைத்தோமென்று மூலைக்கொன்றாய் ஓட்டம் பிடித்தன.

அந்த குழப்பமான சூழ்நிலையில் நீலியின் தந்தை இன்னும் வந்து சேரவில்லை. தெப்பமாக நின்றிருந்த நீரெல்லாம் வற்றிய பிறகு வீடுகளுக்குச் சென்று பார்த்தால் சேமித்து வைத்த உணவுப் பொருட்களெல்லாம் மழையில் அடித்துச் செல்லப்பட்டிருந்தன. தாயும், குழந்தைகளும் தந்தையை, தங்களுக்குத் தெரிந்த இடங்களில் தேடிப் பார்த்தனர். பலனில்லை.

தந்தை எறும்பை மழை வெள்ளம் அடித்துச் சென்றதாக ஒருசில எறும்புகளும், விபத்தில் சிக்கி இறந்துவிட்டதாக இன்னும் சில எறும்புகளும் கூறின. ராணி எறும்பின் கோட்டைக்குள் ஆகாரத்தையெடுத்துச் சென்று சேமிப்புக் கிடங்கில் பத்திரப்படுத்தி வைக்கும்போது சலசலப்பு ஏற்படவே, சிப்பாய் எறும்புகள் அதனைக் கொன்று போட்டு விட்டதாகவும் புகார் கூறினார்கள்.

இப்போது நீலி எறும்பு நன்றாகவே புரிந்துகொண்டது. இனி அப்பா திரும்பிவரமாட்டாரென்று. அவ்வாறே நான்கு நாட்கள் நகர்ந்தன.

ஐந்தாவது நாள் வேறுவழியின்றி நீலி தானே முன்வந்து ஆகாரத்தை தேடிவரப் புறப்பட்டது. தந்தையின் நினைவுகள் மனதை வருத்தி, தன்னை மறந்தநிலையில் நீலி நடந்துகொண்டிருந்தது. கண்களிலிருந்து வழிகின்ற நீரைத் துடைத்துக்கொள்ளும் நினைவுகூட அதற்கில்லை.

முன்னால் சென்றுகொண்டிருந்த சிட்டி ஓடிவந்து, “அக்கா அழறயா என்ன? அப்பா ஞாபகம் வந்துருச்சா?” என்றவாறு தன் சின்னஞ்சிறிய பிஞ்சுவிரல்களால் நீலியின் கண்ணிரைத் துடைத்துவிட்டது.

தங்கையின் விரல்களில் முத்தமிட்டது நீலி.

“அப்பா எங்க போனாங்கக்கா?” என்று கேட்டது சிட்டி எறும்பு பக்கத்திலேயே நடந்தவாறு.

“தெரியலியே! வெள்ளம் வந்து நாமெல்லாம் திசைக்கொருவராக ஓடியதுதான். அதன்பிறகு அவரைப் பார்க்கவே இல்லை. யாரோ கொன்றுவிட்டார்களாம்.”

"அப்போ! நெஜமாவே அப்பா செத்துப்போயிருப்பாரோ?"

"அப்படித்தான் எல்லாரும் சொல்றாங்கா. ஒருவேளை வந்தாலும் வரலாம்." என்றது நீலி.

"சிப்பாய் எறும்புன்னா யாருக்கா?"

"ராணி எறும்புகளின் கோட்டையில் பாதுகாப்புக்காக இருப்பவை. அதைத்தான் சிப்பாய் எறும்பு என்றும் கூறுவார்கள்.

"ராணி இருப்பிடம் என்றால்?."

"ராணி எறும்பு இருக்கும் அரண்மனை"

"அது எங்க இருக்கு? நாமளும் ஒருதரம் போகலாமா அக்கா" குதூகலத்துடன் கேட்டது சிட்டி.

"நம்மையெல்லாம் அங்கே வரவிடமாட்டாங்கம்மா, வேலைக்கார எறும்புகள் மட்டுமே அங்கே செல்லமுடியும்"

"என்ன வேலை செய்யணும் அங்கே.?"

"ஒண்ணா ரெண்டா? வீட்டைத் துப்புரவு செய்வதிலிருந்து உணவு தயார் செய்றது வரைக்கும் என்னென்ன தேவையோ, அரண்மனையிலிருக்குற எல்லா வேலைகளையும் செய்யணும். அது மட்டுமில்லே. வெளியே போயி அலைஞ்சி உணவை சம்பாதிச்சிகிட்டு வந்து சேமிப்பு கிடங்குல பத்திரப்படுத்தணும்."

"ஏன்.? அவங்களுக்கெல்லாம் கை கால் இல்லையா என்ன.?"

"உஸ். சும்மா இருடி. கொஞ்சம் மெதுவாவே பேசு.! இங்கே எங்கேயாவது சிப்பாய் எறும்பு இருந்து அதனுடைய காதுல விழுந்திருச்சி நாம தொலைஞ்சோம். நம்ம உயிரோட வாழவிடாது"

"ஏக்கா அப்பிடி?"

"ராணி அரண்மனைன்னா என்னான்னு நெனச்சே! அது அரசாங்கமாக்கும். அங்கே இருக்குறவங்கள்ளாம் அரசாங்க உத்தியோகஸ்தர்கள். அவங்க வேலை செய்யமாட்டாங்க. நம்ம குடியிருப்புல இருக்குற எறும்பெல்லாம் அடிமை எறும்பு களாக்கும். ஆனா வேலைக்கார எறும்புகள் என்ற கௌரவமான பெயர் மட்டும் நமக்குண்டு. உழைப்பாளி எறும்புகளெல்லாம் ராணி கோட்டைக்குள்ளே இருக்குற உத்தியோகஸ்தர்களுக்கு உணவைத் தேடிக்கொண்டு எடுத்துச் செல்ல வேண்டும். அங்கே அவங்களா இரக்கப்பட்டு கொடுக்குறதைத்தான் நாம் வாங்கிட்டு வந்து சாப்பிடணும்"

"என்ன இது.? நாம கால்கடுக்க ஊரெல்லாம் அலைஞ்சு திரிஞ்சு உணவைத் தேடிட்டு வந்து அதை அவங்களுக்கு கொடுக்கணுமா? அவங்க தின்ன மிச்ச சொச்சத்தை நாம சாப்பிடணுமுன்னு சொல்றே.! அப்படித்தானே அக்கா. தூ. நம்மதும் ஒரு வாழ்வாக்கா.!" என்று ரொம்பவும் சலித்துக்கொண்டது சிட்டி. அதற்குமேல் கேள்விகேட்க மனமில்லாமல் வெறுப்புடன் முன்னேறிக்கொண்டிருந்தது.

திடீரென்று நீலியின் பார்வை இரண்டடி தூரத்தில் தெரிந்த வெள்ளை வெளேர் என்ற பொருளின் மீது நிலைத்தது. நிச்சயமாக அது ஒரு நல்ல உணவாகத்தான் இருக்க வேண்டும் சிட்டியை எச்சரித்தவாறு தனது நடையைத் தளர்த்தியது. நீலி கண்களை நாற்புறம் சுழற்றி யாராவது வருகிறார்களா என கவனித்தது. நிச்சயமாக யாருமே தென்படவில்லை. சந்தடியற்ற அந்தச் சூழ்நிலையில் அந்த உணவு பெரிய வரப்பிரசாதமாகவே தோன்றியது. அப்போது பார்த்து காற்று வேகமாக வீசுவதுபோலவும், ஏதோ சரசரவென்று தனக்கு மிக அருகாமையில் விழுவதுபோலவும் தோன்றவே மூச்சை இழுத்துப் பிடித்துச்கொண்டு தங்கையைப் பற்றியவாறு உறுதியாக நின்றுகொண்டது.

மேலே சன்னல் வழியாக யாரோ குப்பையை விசி எறிந்திருக்கிறார்கள். நிமிடம் நகர்ந்திருக்கும். கண்களைத் திறந்து பார்த்தபோது அந்த உணவு நீலிக்கு வெகு அருகாமையில் நகர்ந்திருந்தது. அதைக் கண்டதுமே சிட்டி பயந்து ஓட்டமாய் ஓடிவிட்டது.

நீலியின் இதயம் படபடவென அடித்துக் கொண்டிருந்தது. வெகு அருகில் மலையைப் போன்ற பெரிய உணவுப்பண்டம் வெள்ளை வெளேரென்று. நீலி தைரியத்தை வரவழைத்துக்கொண்டு மெதுவாக முன்னேறிச் சென்று பண்டத்தைச் சுற்றிச்சுற்றி இரண்டொருமுறை வலம் வந்தது. ஏதோ பழக்கப்பட்ட வாசனையைப்போல் தோன்றவே மூச்சை நன்றாக இழுத்துவிட்டு வாசனையை நுகர்ந்தது. ஆமாம். நன்றாகவே புரிந்தது.

அது ஒரு ரொட்டித்துண்டு. மலை போன்ற பெரிய உணவுப்பண்டம். இன்னும் அருகில் சென்று தன் கைகளால் மெதுவாகத் தடவியது. சந்தேகமில்லாமல் அது ரெட்டிதான். மெத்தென்றிருந்தது.

நீலிக்குச் சொல்லமுடியாத மகிழ்ச்சி அவர்களது இருப்பிடத்தி லுள்ள எல்லா எறும்புகளுக்குமே ஏறக்குறைய இரு நாட்களுக்குப் போதுமான ஆகாரம் அது. அவ்வளவு உணவும் ஒரே இடத்தில்

கிடைத்தமைக்கு ரொம்பவும் சந்தோஷமாக இருந்தது. தங்கையை "சிட்டி" என்று அழைத்தது அச்சி" எங்குமே தென்படவில்லை. இப்போது நீலியை பயம் பிடித்துக்கொண்டது. மிகப்பெரிய பொக்கிஷம் கிடைத்துவிட்டாற்போல் மகிழ்ச்சி தோன்றினாலும், மறுபுறம் தங்கையைக் காணாத வருத்தம் வாட்டத் தொடங்கியது.

உடனே தனியாக இருக்க பயந்து இருப்பிடத்தை நோக்கி ஓட்டமாய் ஓடிச்சென்றது.

***

அந்தக் குடியிருப்பில் வசிப்பவை எல்லாமே உழைப்பாளி எறும்புகளே. எல்லாவற்றினுடைய பிரச்சனைகளும் ஏறக்குறைய ஒரேமாதிரியாக, ஒரே அதிகாரத்தின்கீழ் வேலை செய்து, கஷ்டங்கள் அனுபவிப்பதால் அவை ஒன்றுபட்டு வாழ்ந்தன.

நீலி எறும்பு ஓட்டமும் நடையுமாக தன் இருப்பிடத்தையடையும் சமயத்தில் அதன் வீட்டின் முன்புறம் ஒரு பெரிய கூட்டமே கூடியிருப்பது தெரிந்தது. மிகுந்த பயத்துடன் சிட்டிக்கு ஏதாவது ஆகிவிட்டதோ...? என்ற திகிலுடன் வீட்டையடைந்தது, நீலியின் வருகையை கவனித்த மற்ற எறும்புகளெல்லாம் ஓடிச்சென்று வரவேற்கத் தொடங்கின.

"நீலி உனக்கு ஒன்றும் ஆபத்து கீபத்து ஏற்படலியே குழந்தே.?"

"நாங்க எல்லோரும் எவ்வளவு பயந்து போயிட்டோமுன்னு தெரியுமா? இப்படியாக ஒவ்வொன்றும் தன் ஆதங்கத்தைத் தெரிவித்துக்கொண்டன. நீலியின் அம்மா ஓடிவந்து தன் மகளை ஆரத் தழுவிக்கொண்டது. "என் கண்ணே நீலி வந்துட்டியாம்மா. மனசு என்னமா தவிச்சிப் போனது தெரியுமா" என்று பரிவுடன் பேசியது.

"ஏம்மா இவ்வளவு பயப்படுறே?"

"அதென்ன நீலி அப்படிச் சொல்லிட்டே.? ஏதோ ஒரு பெரிய பூதம் உன் மீது விழுந்து தொல்லைப்படுத்தியதாக சிட்டி சொன்னாளே? அந்தப் பூதத்தைப் பார்த்ததும் பயந்துபோய் உன் தங்கை ஒரே ஓட்டமா வீடு வந்து சேர்ந்துட்டா. அவ பேச்சை கேட்டதுமே நாங்க எவ்வளவு பதறிப் போயிட்டோம் தெரியுமா? கையும் ஓடலே, காலும் ஓடலே. ஒங்க அம்மா வேறு ஒன்னு அழ ஆரம்பிச்சிட்டா." என்று கூட்டத்திலிருந்த ஒரு வயதான எறும்பு பாசத்துடன் கூறியது.

இதையெல்லாம் கேட்டதும் நீலிக்கு சிரிப்பு தாங்க முடியவில்லை. கடகடவென வாய்விட்டுச் சிரித்தது.

நீலி சிரிப்பதை அங்கிருந்த எறும்புகளெல்லாம் ஆச்சரியத்துடன் நோக்கத் தொடங்கின.

சிறிது நேரத்தில் தன் சிரிப்பை நிறுத்திவிட்டு அங்கு நடந்தவற்றை விவரமாகக் கூறியது.

"நீ சொல்வதெல்லாம் நிஜம்தானா நீலி.?"

"நீ பார்த்தது உண்மையிலேயே ரொட்டிதானா? கேள்விகளால் துளைத்தெடுத்தன சுற்றிலுமிருந்த எறும்புகள்.

"அம்மா சத்தியமா தாத்தா. அது நெசமா பெரிய உணவுப் பண்டம், நம்ம குடியிருப்புல இருக்குறவங்க எல்லாத்துக்கும் ரெண்டு நாளக்கி போதுமானதாக்கும். நாம உணவைத் தேடி எங்கையும் அலையவேண்டியதில்லை. நா சொல்றதைப் புரிஞ்சிக்கோங்க. சீக்கிரமா போனாத்தான் நமக்குக் கிடைக்கும். பெரிய இடத்து எறும்புகளோ, சிப்பாய் எறும்புகளோ பாத்துருச்சின்னா நம்ம வாயில மண்ணுதான் விழும்" என்று நீலி அனைவரையும் அவசரப்படுத்தியது.

எறும்புகளெல்லாம் உற்சாகத்துடன் கூக்குரலிட்டன. நீலியைச் சுற்றிச் சுற்றி வந்து, அன்பு மழை பொழிந்தன.

அடுத்த நிமிடம் அவையெல்லாம் சாரை சாரையாக ஊர்ந்து செல்லத் தொடங்கின. அந்த உடுப்பி ஹோட்டலின் பின்புறமுள்ள குப்பைக் கிடங்கையடைந்தன. நீலியின் கண்களுக்கு அகப்பட்ட அந்த ரொட்டித்துண்டு இன்னும் அங்கேயே இருந்தது. பின்னால் வந்த எறும்புகளெல்லாம் நீலியை வாழ்த்துவதைப்போல பார்த்தன. அடுத்த நிமிடம் அந்த ரொட்டித்துண்டின் நாலா பக்கங்களிலும் சுற்றி வளைத்து பற்களால் கெட்டியாகப் பிடித்துக்கொண்டதும் தங்கள் ஊர்வலத்தைத் தொடங்கின. அதற்குள் "நில்லுங்கள். யாருமே அசையக்கூடாது அந்த உணவுப் பண்டம் எங்களுடையது" இடியாக ஒலித்தது குரல். உணவுப் பண்டத்தை இழுத்து வந்த உழைப்பாளி எறும்புகளெல்லாம் திடுக்கிட்டு ஏறிட்டுப் பார்த்தன. ஏறக்குறைய நூற்றுக்கும் மேற்பட்ட கட்டெறும்புகள் துள்ளிக் குதித்தபடி முன்னால் நின்றிருந்தன. சிறிது நேரத்தில் ரொட்டித் துண்டைச் சுற்றிலும் உள்ள உழைப்பாளிகளை வட்டமாகச் சுற்றி வளைத்துக்கொண்டன. அப்படி அவற்றின் தோற்றத்தைப் பார்க்கும்போது யுத்தத்திற்கென்றே தயாராக வந்திருப்பதைப்போல தெரிந்தது.

"இது எங்களுக்குச் சொந்தமானது. இதை விட்டுவிடுங்கள்." என்றான் அந்தக் குண்டு எறும்புகளின் தலைவன்.

அந்த மிரட்டலுக்கு ஒன்றுமே பதில் பேசவில்லை அவை, ஆனாலும் நீலிக்கு மனசு கேட்கவில்லை. தைரியத்தை வரவழைத்துக்கொண்டு பேசியது. "நான்தான் இதை முதன் முதலில் கண்டது. இந்தப் பண்டத்தைப் பார்த்ததுமே ஓடிச்சென்று எங்கள் இனத்தவரை ஒன்று சேர்த்து கூட்டமாக அழைத்து வந்தேன். இப்போது இதை எங்கள் இருப்பிடத்திற்கு எடுத்துச் செல்கிறோம். தயவுசெய்து எங்களைப் போக விடுங்கள்" என்றது. "ஏ பெண்ணே...! நல்லாத்தான் பேசுறே. ஒங்க கட்டுக்கதையை நாங்க யாரும் நம்பத் தயாராகயில்லை. ஒனக்கும் முன்னமேயே நாங்கள் இந்த ரொட்டித் துண்டைப் பார்த்துவிட்டோம். மரியாதையா அதை விட்டுவிட்டு விலகிப்போய் விடுங்கள், இல்லைன்னா. அப்புறம் என்ன நடக்கும்னே தெரியாது." என்று அதிகாரத்துடன் இரைந்து பேசியது.

"இல்லே இல்லே. இதை நான்தானே முதன்முதலில் பார்த்தேன். அப்போது இங்கே பார்வைக்கெட்டிய தூரம்வரை யாருமே நடமாடவில்லை! இது ரொம்ப அநியாயம்." என்று கூறியது நீலி.

"ஆமாம், ஆமாம்... அநியாயம். எங்கள் உணவைப் பிடுங்கிக்கொள்ள நினைப்பது." என்று எல்லா எறும்புகளும் ஒருமித்த குரலில் கூச்சலிட்டன.

"வாயை மூடுங்கள். நீங்களா எனக்கு நியாயத்தைப் பற்றி கூறுவது.?" என பலத்த குரலில் அதட்டியது கட்டை எறும்பு. "நாங்கள் எது சொல்கிறோமோ, அதுதான் சரி. எதைச் செய்கிறோமோ அதுவே நியாயம். பலமுள்ளவர்கள் எங்கு இருக்கிறார்களோ அங்குதான் வெற்றி கிடைக்கும். அவர்கள் சொல்வதுதான் செல்லுபடியாகும். இந்தப் பண்டத்தை யார் முதலில் பார்த்தார்கள் என்பது முக்கியமல்ல. இப்போது இதை நாங்கள் விரும்புகிறோம். ஆகையால் எடுத்துச் செல்லப் போகிறோம். இதைத் தடுத்து நிறுத்தமுடியுமானால் முயற்சி செய்து பாருங்கள். முதலில் இந்தப் பண்டத்தைவிட்டு விலகிச் செல்கிறீர்களா அல்லது அடிபட்டுச் சாகப் போகிறீர்களா?"

நீலி எறும்புக்கு என்ன செய்வதென்றே புரியவில்லை. எல்லா உழைப்பாளி எறும்புகளும் நீலியையே நோக்கின. கைக்கு எட்டியது வாய்க்கு எட்டாமல் போயிற்றே என்று தங்கள் துரதிருஷ்டத்தை எண்ணி வருந்தின.

ஆனால் நீலி, தன் முயற்சியை கைவிடவில்லை. இரண்டடி முன்னால் வந்து நின்றுகொண்டு மன்றாடும் குரலில் கேட்கத் தொடங்கியது.

“தலைவரே! இந்த ரொட்டித்துண்டு எங்களுடையதுதான் ஐயா, நாங்கள் இதனை முதன்முதலில் பார்த்தோம். தயவுசெய்து எடுத்துச் செல்ல அனுமதியுங்கள். எங்கள் கூட்டத்தை சற்று ஊன்றி கவனியுங்கள், உங்களுக்கே புரியும். ஒட்டிய வயிறுடன் வாடிப்போய் கிடக்கும் அந்த முகங்களே உண்மையைத் தெரிவிக்கும். வெள்ளம் வந்ததால் எங்களது சேமிப்புக் கிடங்குகளிலுள்ள உணவுப் பொருட்களையெல்லாம் அடித்துச் சென்றுவிட்டன ஐயா! நான்கைந்து நாட்களாக நாங்கள் கொலைப்பட்டினியாகக் கிடக்கிறோம். எங்கள் மீது இரக்கம் காட்டுங்கள். இந்த உணவுகூட எங்கள் கைகளிலிருந்து நழுவிவிட்டால் நாங்கள் பட்டினிச் சாவுதான் சாக வேண்டும்.”

“என்னது. செத்துப் போவீங்களா? ரொம்ப நல்லது. பேஷா நடக்கட்டும்.” என்று கூறியபடியே கடகடவென கேலியாகச் சிரித்தது குண்டு எறும்பு.

“இப்போதைக்கே ரொம்ப தாமதமாகிவிட்டது. ம். என்ன சும்மா பாத்துகிட்டு நிக்கிறீங்க” என்று தன் கூட்டத்தினரைப் பார்த்து கட்டளை பிறப்பித்தது தலைமை.

அப்பாவியாய் தலையைத் தொங்கப்போட்டன உழைப்பாளி எறும்புகள். ஆனால் நீலி மட்டும் நம்பிக்கையை கைவிடவில்லை.

பசியைப் போக்கிக்கொள்ள கடவுளாகப் பார்த்துக் கொடுத்த உணவு கண்முன்னால் தட்டிப்பறித்துச் செல்லப்போவதை நினைத்து வயிறு பற்றியெரிந்தது. அந்த உழைப்பாளி எறும்பு களுக்கு வாயாற சபித்துக்கொண்டிருந்தன குண்டான் எறும்புகளை.

“இவை தங்களைவிட பலம்மிக்கனவாக வேண்டுமானால் இருக்கலாம். உயர்ந்த இனத்தைச் சேர்ந்தனவாகவும் இருக்கலாம். பசிக்கு, உயர்வு தாழ்வு தெரியுமா? பசியினால் எரிகின்ற தங்கள் வயிற்றிலடித்துவிட்டு வெகு சுலபமாக பறித்துக்கொண்டு செல்வதைப் பார்த்துக்கொண்டு அடங்கிக் கிடக்க வேண்டியதுதானா?”

இந்த அநியாயத்தை, அக்கிரமத்தை என்ன ஆனாலும் சரி, நடக்க விடக்கூடாது.

பசியோடு ஆவேசமும் கலந்து உழைப்பாளி எறும்புகள் அந்த உணவை கெட்டியாகப் பிடித்துக்கொண்டன.

நீலிக்கு இப்போது நிலைமை நன்றாகவே புரிந்தது. கட்டை எறும்புகளைப் பார்த்து உறுதியுடன் பேசத் தொடங்கியது. “நில்லுங்கள். நீங்கள் உயர்ந்த இனமாகவே இருந்துவிட்டுப் போங்கள். ஆனால் முரட்டுத்தனமாக எங்கள் உணவு பறிக்கப்

படுவதைப் பார்த்துக்கொண்டு எங்களால் சும்மா இருக்க முடியாது. எங்கள் வயிற்றில் கொழுந்துவிட்டு எரிகின்ற பசி ஆவாலையில் நீங்கள் சாம்பலாகிப் போவீர்கள். அது உங்களையெல்லாம் சர்வநாசமாக்கிவிடும். மரியாதையோடு இங்கிருந்து அகன்றுவிடுங்கள்" கோபத்துடன் கத்தியது.

நீலியின் ஆக்ரோஷமான வார்த்தைகள் குண்டான் எறும்புகளின் ஆவேசத்தைத் தூண்டிவிட, அவை முன்பின் யோசிக்காமல் உழைப்பாளிகள் மீது பாய்ந்தன.

அடுத்த நிமிடம் அந்த இடம் போர்க்களமாக மாறியது. கொழுத்துப் பருத்திருந்த குண்டான்களுக்கும், பசி வெறியில் எதிர்த்து நின்ற உழைப்பாளிகளுக்குமிடையே பயங்கர போராட்டம் நடந்தது.

ஒருசில நிமிடங்களிலேயே அந்த இடம் சவக்குவியலாகக் காட்சியளித்தது. பாவம்! அந்த அப்பாவியான உழைப்பாளி எறும்புகளில் பெரும்பாலானவை உயிரற்று வீழ்ந்து கிடந்தன. மீதமிருந்த ஒன்றிரண்டு எறும்புகளும் பயந்து ஓட்டம் பிடித்தன. குண்டான் எறும்புகளுக்கு கொண்டாட்டம். வெற்றிக் களிப்பில் துள்ளிக் குதித்தபடி "யுத்தத்தில் நாம்தான் வென்றோம். நம் பலம் என்னவென்று இப்போதாவது தெரிந்திருக்கும். இனி இந்த உணவு நமக்கே சொந்தம். வாருங்கள் இழுத்துச் செல்வோம்" என்று கட்டளையிட்டது தலைமை பெருமிதத்துடன்.

தலைவன் கட்டளையை சிரமேற்கொண்ட குண்டான்கள் ரொட்டித்துண்டைச் சுற்றி வீழ்ந்துகிடந்த உழைக்கும் எறும்புகளின் உயிரற்ற சடலங்களை விலக்கிவிட்டு உணவை இழுத்துச் செல்ல ஒரு வியூகம் தயாரானது. அவற்றின் பிடியில் ரொட்டித் துண்டம் லேசாக அசைந்து கொடுத்தது.

அதற்குள். என்ன அதிசயம். திடீரென்று விசிறி அடித்த காற்றில் ரொட்டி பறக்கத் தொடங்கியது. அதனை கெட்டியாகப் பிடித்துக்கொண்டிருந்த குண்டான் எறும்புகளும் சின்னாபின்னமாகிச் சிதைந்தன.

பறந்து சென்ற ரொட்டியைப் பாம்பின் படத்தைப்போல ஐந்து விரல்கள் அமுக்கி மேலே தூக்கின.

தலைமை எறும்பு தனிமையில் ஏமாற்றத்துடன் பார்த்துக்கொண்டிருந்தது அசைந்து செல்லும் அந்த மனித பூதத்தை.

●

கண்ணாடி

சூர்ய நாராயணன் கண்ணாடியை விற்றுவிடவேண்டுமென தீர்மானித்தான். அவனுடைய படுக்கையறையின் சுவரில் இன்னும் பத்து மணி நேரமே அது தொங்கிக்கொண்டிருக்கும். வாழ்க்கையில் இதைவிட ஆயிரம் மடங்கு விலையுயர்ந்தவற்றையெல்லாம் எந்த ஒரு வருத்தமோ தயக்கமோ இல்லாமல் விற்றுவிட்டிருந்தான். ஆனால் இந்தக் கண்ணாடியை விற்கும் விஷயத்தில் மட்டும் மனப் போராட்டத்திலிருந்து விலகி நிற்க இயலவில்லை அவனால்.

கண்ணாடிப் புகைபடிந்து பழசாகி ஓரமெல்லாம் பாதரசம் இழந்து காணப்பட்டது. அவன் கண்ணாடியில் தன் முகத்தைப் பார்த்து எத்தனையோ நாட்களாகிவிட்டது. அதைப்பற்றி மறந்தே போயிருந்தான். இந்த நேரத்தில் திடீரென்று ஞாபகத்திற்கு வரக் காரணம் வீட்டில் விற்கத் தகுந்த பொருள் வேறு எதுவுமே இல்லாததால்தான். இவ்வளவு நாட்களாக இந்தப் பொருளை விற்பதற்கு மனம் வரவில்லை. அந்தக் கண்ணாடியை உற்று நோக்கினால் பெரிய கதையையே சினிமாக் காட்சிகள்போல காண்பித்துக் கொண்டிருக்கும்போல் தோன்றியது.

அந்தக் கண்ணாடி முதன்முதலில் அவன் வீட்டிற்குள் எப்படி வந்தது? எந்த மண்ணினால் யாருடைய கைகளில் கரைத்தெடுக்கப்பட்டு இந்த வடிவத்தைப் பெற்றது? இப்படிப்பட்ட கேள்விகளுக்கு மனதில் இடமிருந்ததில்லை. எல்லாமே இப்போதுதான் நடந்ததுபோல தோன்றுகிறது.

பதினைந்தாண்டுகட்கு முன்னர், ஒரு சுபதினத்தில் பத்து மைல் தூரத்திலிருந்து மணிகள் கட்டப்பட்ட இரட்டைமாட்டு வண்டியில் வந்து இறங்கியது இந்தக் கண்ணாடி. கண்ணாடியை எவ்வளவு ஜாக்கிரதையாக இறக்கினார்களோ அதே மாதிரி கல்யாணப் பெண்ணும் பத்திரமாக பதுமையைப்போல அந்த வீட்டில் காலடி எடுத்துவைத்தாள்.

அந்தக் கண்ணாடியைப் போலவே மென்மையான சரீரமுடையவளென்பதை அன்றைய இரவு சூரிய நாராயணன் தெரிந்துகொண்டான். அவளை இறுகக்கட்டியணைக்கும் நிலையை மெல்லிய விளக்கொளியில் ஆவேசம்கொண்ட இரண்டு இதயங்கள் ஒன்றாக இணைகையில் முகங்களில் பிரதிபலிக்கும் மலர்ச்சியை அப்போதைக்கப்போதே சுவரில் தொங்கவிடப்பட்ட அந்தக் கண்ணாடியில் பார்த்திருக்கின்றான்.

அதற்கு மறுநாள் நல்ல வெளிச்சத்தில் தனக்கே உரியவளாகி விட்ட மனைவியென்னும் அழகிய மங்கையை கைகளுக்குள் சிறைப்படுத்திப் பார்த்தான். அதியற்புதமாகத் தென்பட்டது. பூத்துக்குலுங்கும் யௌவனத்தைத் தீண்டும்போது ஏற்படுகின்ற உணர்வுகளை அந்தக் கண்ணாடித் தெளிவாக வெளிப்படுத்தியது. இதழ் விரிக்கின்ற கமல மலரை, உதிக்கின்ற சந்திரபிம்பத்தைத் தொட்டதுமே முகத்தில் வெளிப்படுகின்ற நாணம், வானவில்லி லிருந்து வெளிப்படும் வண்ணங்களின் வேடிக்கையை அந்தக் கண்ணாடி, தெள்ளத்தெளிவாக வெளிப்படுத்தியது.

இந்தக் கண்ணாடிதான் தேவைகளின்மீது தீவிரமான பிடிப்பையும், ஆசைகளையும் தூண்டிவிட்டது. அவளுடைய அழகின் மீது மோகம் கொள்ளச் செய்தது. அவளை எல்லாவிதத்திலும் மகிழ்ச்சியாக வைத்துக்கொள்ளவேண்டுமென்ற தேடலை எழுப்பியது.

அழகாயிருப்பவற்றை, மகிழ்ச்சியைத் தரக்கூடியவை. எல்லாவற்றையும் தனதாக்கிக்கொள்ள வேண்டுமென்ற தீவிரமான ஆவலைத் தூண்டச் செய்தது. ஆகையினால்தான் அவன் மனைவி வந்ததுமே, ரொம்பத்தான் மாறிப்போய்விட்டான். பிசினாரியாகி விட்டான் என்று பத்துபேர் பேசும்படி நடந்துகொண்டான். சேர்த்துவைத்தான். ஆஸ்தி, பாஸ்தி, சொத்து, சுகம், நிலம், நீச்சு என்று பெருக்கினான். முதல் குழந்தை மகன் என்றதும் அன்பும் பாசமும் எல்லையில்லாமல் அதிகரித்தது. வாழ்க்கையில் எங்கு தேடினாலும் சந்தோஷமே. சௌக்யம் அவன் வீட்டில் சொந்தமாகிப்போன மனுஷியாய் குடிகொண்டிருந்தாள்.

மகன் அம்மாவைப்போன்ற தோற்றம். வாயும், தலையும் அவனைப்போல நேரம் கிடைக்கும்போதெல்லாம் குழந்தையின் அருகாமையிலேயே கழித்தான். சின்னஞ்சிறு முகத்தில் தோன்றும் நெளிவு சுளிவுகள், சேஷ்டைகள், மழலைப் பேச்சுகள் பார்த்துப் பார்த்து பூரிப்படைந்தான். அந்த இளம் முகத்தாமரையில் இனிய முத்தமழைகளால் நனைவித்தான். சின்னச் சின்ன காதுகளில் செல்ல வார்த்தைகளைச் சொல்லி தன் அன்பின் ஆழத்தை வெளிப்படுத்தினான். தன் உடல் முழுக்க கண்களாகக்கொண்டு மகனையே பார்த்துக் கொண்டிருந்தாலும் திருப்தி ஏற்படுவதில்லை. குழந்தையைத் தூக்கிக்கொண்டு கண்ணடி முன்சென்று நின்று பார்த்தால்தான் மனம் உல்லாசத்தில் உவப்புரும். தன் வீட்டில் எப்போதுமே நிரந்தரமாக நிலவு பொழிந்து கொண்டிருக்குமென்றும், கண்ணாடியில் தோன்றும் பிரதி பிம்பங்களெல்லாம் நின்று நிலவுமென்றும் ஆசைப்பட்டான். தன்னையோ, கண்ணாடியில் தோன்றும் தனது பிரதி பிம்பத்தையோ ஒருபோதும் நிலையற்றதென்று நினைத்துப் பார்த்ததில்லை.

ஒருநாள் பொழுது புலரும் நேரத்தில் அப்படி நடக்குமென்று ஒருபோதும் நினைத்ததில்லை. அதன்பிறகு சிலநாட்கள் வரை கண்ணாடியின் பக்கம் திரும்பிப் பார்க்கவே பயமாக இருந்தது. தப்பித்தவறி ஒருமுறை கண்ணாடியைப் பார்த்துவிட்டான். அந்தக் கண்கள் அவனை பயமுறுத்தின. தன் மனதைத் துளைத் தெடுப்பதுபோல தோற்றமளித்தது. இதுவரையிலும் கண்ணாடிக்குள் தெரிந்த நிழலை உண்மை மனிதர்களாகவே பாவித்து வந்தான். நிழலாக நினைத்திருக்கவில்லை. மனைவி மக்களை இயல்பாகப் பார்த்து அன்பு செலுத்தி அரவணைப்பதை விட, கண்ணாடியின் முன்நின்று அன்பின் வெளிப்பாடுகளைக் காண்பதில் அளவுக்கு மீறிய ஆனந்தப் பரவசத்தில் திளைப்பதுண்டு மனம்.

அதே கண்ணாடியில், செல்ல மகனின் நிழலையாவது பார்த்து விடத் துடித்தான். எதிரே காணப்படாத எதையுமே கண்ணாடி எப்படி பிரதிபலிக்கும்? மகனின் இழப்பு முதன்முறையாக அவனை சோகத்தின் பிடிக்குள் தள்ளிவிட்டது. ஆசையின் தாக்கத்தைப் புறக்கணிக்க இயலாதவனாய் வைராக்கியத்துடன் ஜீரணித்தான். சோர்ந்து கிடந்த ரத்தத்தில் கலந்த ஆசைஅணுக்கள் தெம்பை உண்டாக்கின. சக்தியைக் கூட்டியது. அந்தப் புதுத்தெம்பில் மறுபடியும் தேவைகளைத் தீர்த்துக்கொண்டதும் தாங்கமுடியாத திருப்தி ஏற்பட்டது. நாட்கள் செல்லச் செல்ல ஏற்பட்ட காயங்கள் வலிகள் எல்லாமே மாயமாகிக்கொண்டிருந்தன. மறுமுறை மகன் பிறந்தான். குழந்தையின் கண்கள் கண்ணாடிபோல்

பளிச்சென்றிருந்தது. அந்தக் கண்களில் அவனுடைய பிரதிபிம்பம் தெளிவாகத் தெரிந்தது. தொடர்ச்சியாக விடாமல் அந்த பிரதிபிம்பத்தைப் பார்த்துக்கொண்டேயிருக்க வேண்டுமென்றால் சின்னஞ்சிறு இமைகளின் துடிப்பு தடையை ஏற்படுத்தின. ஆனால் கண்ணாடிக்கு அப்படிப்பட்ட துடிப்போ அசைவுகளோ இல்லை. இந்த கண்ணிமைகள் ஏன் இப்படி படபடக்க வேண்டும்? இதற்கு முன்பு மகன்பிறந்தபோது இப்படிப்பட்ட எண்ணங்களெல்லாம் ஏற்பட்டதில்லை. மகிழ்ச்சியைத் தவிர வேறு எந்த யோசனைகளுக்கும் மனம் இடந் தந்ததில்லை. ஆனால் இந்த முறை சந்தேகங்கள், யோசனைகள் புறப்பட்டுக்கொண்டேயிருந்தன. யோசனைகள், சந்தேகங்களை ஏற்படுத்தி கேள்விகளைத் தொடுக்கின்றன.

குழந்தை தூங்கிக்கொண்டிருக்கும்போது இமைகள் மூடிக் கிடந்த கண்களைப் பார்த்தான். ஏன் அவை துடிப்பதை நிறுத்தி விட்டன? உடலின் மேல் கையை வைத்தான். நெஞ்சு படபடவென அடித்தது. ஏன் இப்படித் துடிக்கணும்? என்ற கேள்வியை மனம் எழுப்பவில்லை. கண்களால் பார்ப்பதற்கும், மனதில் புரிந்து கொள்வதற்கும் வித்தியாசமிருப்பதாக நினைத்தான். கண் வேண்டுமானால் கண்ணாடியாக இருக்கலாம். ஆனால் மனம் கண்ணாடி அல்லவே. மனதில் வடிவங்களைப் பிரதிபலித்துக்காட்ட இயலாது. உணர்வுகளின் சங்கமம் மகன் மீதும் மனைவியின் மீதும்கொண்டுள்ள அன்பை உணர்வை, வருந்திக்கொண்டிருக்கின்ற தன்னைப் போன்ற இன்னொரு மனிதனிடம் காட்டியிருக்கிறானா என்ற கேள்வி முளைத்தெழும்பியதுமே சடாரென எழுந்து கண்ணாடியை நோக்கினான். கண்ணாடியில் தெரிந்த அவனது உருவம் இன்னும் நூறு வருடங்களுக்குப் பின்னர் அதே மாதிரி தென்படுமா?

மனதில் ஏற்பட்ட அன்பு, நூறு வருடங்களுக்குப் பின்னரும் நிலைத்து நிற்குமா?

மகன் மீதுகொண்ட அன்பின் விளைவால், அவனுடைய சந்ததி நிலைத்து நிற்கும். தன்னுடைய இதயம் நின்றிருக்குமென நினைத்தான். கண்ணாடி இப்படிப்பட்ட எத்தனை எத்தனையோ கதைகளைச் சொல்லியது. அதன் எதிரில் நின்றாலே என்னென்னவோ நினைவுகள், எண்ணப் பிரவாகங்கள், கேள்விகளாய் வெளிவந்தன.

மனைவி முதல் பிரசவத்திற்குப் பின் புத்தம் புதிய அழகுடன் திகழ்ந்தாள். அப்போது அவள் பளிச்சிடும் மல்லிகைப் பூவாய் மின்னலின் பொண்ணொளியாய் பிரகாசித்தாள். அதிசயத்துடன்

பார்த்துக்கொண்டிருப்பான். பெருமிதத்துடன் வெளிப்படுத்தும் புன்னகை பூமழை பொழிவித்தது போலிருக்கும். அவளை நோக்கிய வாறு உதடுகளை சப்பிட்டுக்கொள்வான்.

இரண்டாவது முறை அவளுடைய மார்பகம் பொங்கிய தோற்றத்துடன் காணப்படவில்லை. சந்தன மணம் போன்ற மென்மையான வாசனை வெளிப்படுத்தவில்லை. கண்களில் நீர் நிரம்பி தளுதளுக்கவில்லை. தாய்மையின் பொலிவு மலர்ச்சி பெருமிதம் எதுவுமே இல்லை. புறம்பாக யௌவனத்தின் செழுமை, அழகு எல்லாமே வற்றிப் போயிருந்தது.

வெளிக்காயம் ஆறினாலும் உள்ளே ரணம் இருந்துகொண்டிருக்கும் என்பார்கள். உண்மையிலேயே அவனுக்கு அடிமேல் அடி விழுந்து கொண்டேயிருந்தது. திடீரென்று இம்முறை மிகவும் நிலைகுலைந்து விழுந்துவிட்டான். கிடைத்த அடிகளோடு முதலுக்கே மோசமாகிப் போனான். மனைவியின் பிரிவு பாடாய் படுத்தியது. தன்னைச் சுற்றிலுமுள்ள மனிதர்களோடு, பொருட்களோடு, இந்த உலகத்திலுள்ள அனைத்துப் பொருட்களோடும் சண்டையிட ஆரம்பித்தான். எல்லாவற்றிலும் வெறுப்பு ஆசைகளை அவதூறாகச் சாடினான். காயும் கனியுமாகப் பூத்துக்குலுங்கிய மரத்தின் மேல் திடீரென்று இடிவிழுந்து நாசமாக்கியதைப்போல, சேமித்து வைத்த செல்வத்தின் மேல் பகைவன் குண்டுவீசி எறிந்ததைப்போல எல்லாமே முடிந்து விட்டதாய் நினைத்தான்.

மனம் விரக்தியுடன், நம்பிக்கை சிறிதுமற்று சிதைந்துபோயிற்று. வாழ்க்கை வண்டியின் சக்கரம் போன்றது. ஆசைகள் அதிலுள்ள விட்டம். தானாகவே சக்கரம் சுழலாது. யாராவது அதைச் சுற்றிவிடவேண்டும். தன்னுடைய வாழ்க்கை என்ற சக்கரத்தை சுழலச் செய்யமுடியாத மனிதனுக்கு சந்தோஷமோ, சுகமோ எங்கிருந்து கிடைக்கும்?

அந்தச் சக்கரத்தின் ஆசைகள் என்ற விட்டங்களை அகற்றி சிதைத்துவிட்டவனாய் அவன் ஆனந்தத்தின் வடிவத்தைக் காணத் தொடங்கினான். எப்போது அவன் ஆசை என்ற விட்டங்களை அகற்ற நினைத்தானோ, அப்போதே சக்கரத்தின் ஓட்டம் மந்தப் பட்டு விட்டது. கண்ணாடியின் பக்கம் பார்ப்பதையே நிறுத்தி விட்டான். எந்தப் பக்கம் திரும்பினாலும் அவநம்பிக்கைதான் தோன்றியது. சொந்த லாபம் கருதி இறுக்கப்பட்டிருந்த கைவிரல்கள் தளர்த்தப்பட்டன. மற்றவர்கள் எதைக் கேட்டாலும் இல்லை என்ற சொல்லுக்கே இடமில்லாமல் நடந்துகொண்டான். நீலம், நீச்சு விற்கப்பட்டது. நகைகளெல்லாம் விற்றுவிட்டான். தனக்காக அல்ல. தன் வயிற்றுக்காகவும் அல்ல. தன்னைச் சுற்றி வறுமையில்

அவதியுறும் மக்களுக்காக பிறரிடமிருந்து வாங்கிக் கொள்வதைவிட கொடுப்பதில்தான் அளவற்ற மகிழ்ச்சி பிறக்கிறது. இத்தகைய மகிழ்ச்சியில் சில நாட்களாக வலுவிழந்து நின்ற சக்கரத்தின் கண்ணிரில் நனைந்த இரும்பு வளையங்கள் அசைந்து கொடுத்தன. பசி என்ற பள்ளத்திற்குள் விழுந்து சக்கரம் சிக்கிக்கொண்ட போதெல்லாம் கொஞ்சம் கொஞ்சமாய் வீட்டிலுள்ள சாமான்களை விற்று சக்கரத்தை வெளியில் தூக்கி நிறுத்திட முயன்றான்.

நாட்கள் செல்லச் செல்ல சக்கரத்தின் வேகம் குறைந்தது. வருத்தமும், வேதனையும் வாட்டியெடுத்தன. பசியை பொறுத்துக்கொள்ள முடியதவனாய் துன்புற்றான். வெளியே சொல்ல முடியாமல் உள்ளுக்குள்ளேயே தூங்கிக்கொண்டிருந்த அக்னிப் பர்வதமாய் அவனைத் துன்புறுத்தியது. விதியின் மேல் பழியைப்போட முயன்றாலும் விதியின் வடிவம் எவ்வளவு தேடினாலும் அகப்பட மறுத்தது.

மனைவியின் பிரகாசமான கண்களுக்குள் வீட்டைக் கட்டியமர்ந்துகொண்டபடி கழித்த நாட்களின் நினைவுகள், கடவுளின் மீதும், உலகத்தின் மீதும் ஆக்ரோஷத்தை அவனுக்குள் தோற்றுவித்ததே தவிர மன அமைதியைத் தரவில்லை. எதற்காகவோ பயந்து நிற்காமல் ஓட்டமெடுக்கும் மனிதனைப்போல களைத்துப் போயிருந்தான். அந்த ஓட்டத்தில் எங்கோ ஒரு ஓடத்தினருகில் மனைவி எதிர்ப்பட்டாளேயானால் எவ்வளவு சந்தோஷமாக இருக்கும் என்ற ஆசை கொஞ்சமாக எட்டிப் பார்த்தது. பசி அவனுள் இருந்துகொண்டே இருந்தது. அதனால்தான் கண்ணாடியை விற்றுவிடலாமென நினைத்தான்.

அந்தக் கண்ணாடி இல்லையென்றால் கடந்துபோன வாழ்க்கையின் சுகப்படுத்திய நிமிடங்களும், அந்த நிமிடங்களில் பார்த்த பிரதி பிம்பங்களும் மறந்துபோயிருக்கும் என்று நினைத்தான். இருந்தாலும் ஏன் விற்கக்கூடாது? இது இருந்துதான் எதை சாதிக்கப்போகிறது?

இது பிம்பங்களைக் காண்பித்து எத்தனை ஆசைகளைத் தூண்டிவிட்டது? தன்னை அழகானவனாக, மனைவியை எழிலின் வடிவமாக சரியான ஜோடி என்ற பெருமிதத்தையும், கர்வத்தையும் தன்னுள் தோற்றுவித்தது இந்த கண்ணாடிதானே? கண்ணாடிகள் நிழல் வடிவங்களை நித்யமும் மனிதர்களுடன் பகிர்ந்து கண்ணாமூச்சி விளையாடுகின்றன.

மனிதன் மாயையில் மூழ்கிப் போவதற்கு இந்தக் கண்ணாடிகள் தயாரிக்கப்பட்டுள்ளன. குரங்குக்கு தேங்காய் கிடைத்த மாதிரி மனிதனுக்குக் கண்ணாடி கிடைத்திருக்கிறது. கண்ணாடியின்

முன்னால் குரங்குபோல் குதித்த மனிதன் தேங்காய் போல முடிவில் சிதைந்து போய் விடுகிறான். பின்னே இந்த கண்ணாடி எதற்காக? ஏன் விற்கக் கூடாது?

எதற்காகவோ கண்ணாடி தன்னை ஈர்த்தது. மனைவி இருந்த நாட்களில் கண்ணாடியில் பார்த்து குரங்காய் மாறி சுகமாய் நினைத்து பிரமையில் என்னை நானே ஏமாற்றிக் கொண்டேன். என நினைத்தான். விடியல் வந்தது. முதல் ஒளிக்கற்றை ஜன்னல் வழியாக கண்ணாடியில் விழுந்து கொண்டிருந்தது.

"யார் நீ? என்று கேட்டான் கண்ணாடியின் முன்னால் நின்றவாறு?"

அதற்குள் தெரிந்த பிம்பம் அவனைப் போலவே நின்று கொண்டு உருண்ட விழிகளால், கலைந்து கிடந்த முடியுடன் நிராசையால் மெலிந்து உருமாறிப்போன உடலுடன் அதே கேள்வியைத்தான் கேட்டது.

மீண்டும் கூறினான். "யார் நீ" என்று

கண்ணாடி மறுபடியும் அதையேதான் திருப்பிச் சொன்னது. "சுக்கு நூறாயிடுவே ஜாக்கிரதை"

சுக்கு நூறாயிடுவே ஜாக்கிரதை கண்ணாடியும் அதையே திருப்பிச் சொன்னது.

"நானா சுக்கு நூறாயிடுவேன்?" சிறிது வெறுப்பும் அலட்சியமும் வெளிப்பட்டது அவன் குரலில்

கண்ணாடியும் அதே மாதிரி கேலியாகச் செயல்படுத்தியதும் அவனுள் முதல்தடவையாக யோசிக்கச் செய்தது. இந்த யோசனையில்தான் தனது என்ற கர்வம் இல்லை. பிரிவினை இல்லை. பற்றுதல் இல்லை — அதனால் சட்டென்று புரிந்தது

"மனிதன் கண்ணாடியைப் போன்றவன்தான். கண்ணாடி எவ்வாறு உடைந்துவிடுகிறதோ அதே போல மனிதனும் ஒருநாள் தூள்தூளாகிவிடுகிறான்."

கண்ணாடிக்கு அருகில் சென்றான். எப்படி பொருத்தப் பட்டிருக்கிறது? கண்ணாடியைச் சுற்றி நாற்புறமும் மரத்தினாலான ஃப்ரேம். ஃப்ரேமில் இரண்டு வளையங்கள். வளையங்களை இணைக்கின்ற இரும்புக் கம்பி சுவரில் பொருந்தியுள்ள கொக்கியுடன் இறுக்கப்பட்டுள்ளது. கண்ணாடியின் கீழ்பாகம் சுவரில் பொருத்தப்பட்டுள்ள உறுதியான கட்டையில் நிற்கிறது. பின்பக்கம் சுவரின் பாதுகாப்புடன். இந்தக் கண்ணாடியைப்

பத்திரப்படுத்துவதற்கு இத்தனைவிதமான முன்னேற்பாடுகள் தேவைதானா?

அப்படியென்றால் கண்ணாடியைப்போல துர்பலமான மனிதனுக்கு என்னவெல்லாம் தேவையாக இருக்க வேண்டும்?

அன்பு, ஆத்மா, சுவர் ஜீவன்— ஆணியைப் போன்ற பொறுமை. இரும்புக் கம்பி தியாகம். இவையெல்லாம் இல்லையென்றால் மனிதன் கண்ணாடியைப் போல நின்று கொண்டு பிம்பங்களை எப்படி காண்பிக்க முடியும்?

இப்படி இந்த கண்ணாடி சொல்லிய கதை மண்டையில் உரைத்ததும் சூரிய நாராயணனின் முகத்தில் தைரியத்துடன் கூடிய சிறு புன்னகை வெளிப்பட்டது. கண்ணாடியை விற்பது என்பது தன்னையே விற்றுவிடுவது போலவேயாகும் என்று நிச்சயித்துக் கொண்டவனாய்..

●

நல்லவன்

தெலுங்கு மூலம் ஆர்.எம். உமாமஹேஸ்வரராவ்

பொழுது இன்னும் புலரவில்லை. இருள் சூழ்ந்த காலை நேரம். அப்போதே புறப்பட்டுவிட்டார் பெரியரெட்டி. களத்து மேட்டை நோக்கி அவரது கால்கள் நடைபயின்றன. கையில் ஒரு திரட்சியான கம்பு.. அதுவே சிலசமயங்களில் ஊன்று கோலாகவும் பயன்படும்.

கருத்தமேனி வாட்டசாட்டமான கம்பீரம். தோளில் ஒரு சிவப்புநிறத் துண்டு. எப்போதும் தொங்கும். இடுப்பு மட்டும் சற்றே வளைந்தும் கம்பைக் கையில் சுழற்றியபடி எட்டி நடை போட்டால் எடுப்பாகவே தோன்றும்.

பெரியரெட்டிக்கு வயது அறுபதைத் தாண்டிவிட்டதால் வரவர அவரது உடலில் சற்றுத் தொய்வு தென்படத்தான் செய்தது. அதுவும் நான்கைந்து நாட்களாக உடல் உபாதை வேறு வாட்டத்துடனேயே காணப்பட்டார்.

இன்று அவரது நடையில் நிதானம் எட்டிப் பார்த்தது. மேலைக் கிணற்று பக்கம் வந்ததுமே காடய்யா எதிர்த்தாற்போல் வருவது தெரிந்தது. உடனே, எங்களுடைய பக்கத்துவீட்டு வீராசாமியினுடைய மளிகைக் கடையானது முந்தாநாள்தான் “சூப்பர் மார்கெட்”டாக மாறிவிட்டது பிரசாத் சாருடைய “வீடியோ கேஸ்ட்” கடைக்கு ஜோடியாக “போட்டோ ஸ்டுடியோ” முளைத்திருந்தது. திருமணம், திருவிழா போன்ற விசேஷங்களுக்கு

வீடியோ எடுத்துத் தரப்படும்." என்று போர்டு மாட்டியிருந்தார்கள். எங்க வீட்டுக்குச் சொந்தக்காரர் புதிதாக வந்திருந்த மாருதி கார் வாங்கியிருந்தார்.

காய்கறி விற்பவர்கள் காய்கறிகளின் விலையை சற்று குறைத்திருந்தார்கள். ஆனால் வாடிக்கையாக வாங்கும் இடத்தில் காய்கறி விற்பவனுடைய வண்டி இல்லை கீழே தரையில் சரக்கை விரித்து, அதன்மேல் காய்கறிகளை பரத்தி விற்றுக் கொண்டிருந்தான். அவனுடைய மனைவி ஒரு பக்கமாக உட்கார்ந்து குழந்தைக்கு பால் கொடுத்துக் கொண்டிருந்தாள் "உன் வண்டி என்னவாயிற்று?" தரையில பரத்திப் போட்டிருக்கியே? இதுக்குள்ள பெரிய காய்கறி மண்டியே வச்சிடுவேன்னு நெனச்சேன் என்றேன். கலவரங்கள் நடைபெறும் நாட்களில் அவங்களுடைய திருட்டுத்தனத்தை மனதில் அசை போட்டவாறு.

எங்க பொழப்புக்கு கடை ஒன்னுதான் குறை அம்மா? அடிதடி கலவரத்துல என் வண்டியை எவனோ உடைச்சி சுக்கல் நூறாக்கிட்டான். மறுபடியும் புதுசா வாங்கிக்கிறதுக்கோ, செஞ்சிக்கிறதகுக்கோ எங்கிட்ட பணமில்லை. திங்கறதுக்கே பத்தாதபோது இனி கடை கூடவா எங்களைப் போன்ற ஏழை பிறப்புகளுக்கு" என்று கூறி கண்களை துடைத்துக் கொண்டான்.

"எப்பவும்போல காய்கறிகளை எங்கிட்டேயே வாங்கிக்கோ தொரசானியம்மா" என்று கெஞ்சிக் கேட்டுக்கொண்டாள் அவன் மனைவி.

"அப்படியே ஆகட்டும்" என்று சொல்லி ஏதேதோ காய்கறிகளை வாங்கிக் கொண்டேன். காய்கறிகளின் விலை தரம் கொஞ்சம் குறைந்திருந்தது. ஆனால் காய்கறி விற்பவர்களின் "தரம்" நிறையில் மாற்றம் ஏற்படாமல் எப்போதும்போலவே தோன்றியது.

காய்கறிகளை விற்பவனுடைய நிலையைப் பார்த்தபோது ஏற்பட்ட வருதத்தத்தோடு கூட எங்கள் நிலையை எண்ணிப் பார்த்தால் வருத்தப்படுவதா, அல்லது வெறுப்புக் கொள்வதா என்று தெரியவில்லை. அவளைப் போல வண்டியிலிருந்து சடாரென்று தரைக்கு இறங்கவும் முடியாது. இப்போதிருகும் நிலையிலிருந்து உயர்ந்து நிறகவும் முடியாது எங்களால். நடுநிலையில் ஒரு "படிச்சவங்க" என்ற தகுதியோட கௌரவமா வாழ வேண்டுமென்பதற்காக, வாழ்க்கை சுமையில் குனிந்தவர்களாய் குட்டுப்பட்டுக் கொண்டேயிருக்கிறோம்.

"பூமியின் ஈர்ப்பு விசை" சூத்திரத்தை நியூட்டன் கண்டுபிடித்தா ரென்றால் உயர்ந்த நிலையிலிருப்பவர்கள் இன்னும் உயர்ந்த

நினைவுக்குச் செல்வதும், தாழ்ந்த நிலையிலிருப்பவர்கள் பின்னும் கீழே தள்ளப்பட்டு தாழ்ந்த நிலையையடைவதும் நடுவே அகப்பட்டுக்கொண்டே இந்த நடுத்தரமக்கள் சிக்கித் தவிப்பதும் இத்தகைய சூத்திரத்தை என்னவென்று அழைப்பது? இதற்குரிய தீர்வைக் கண்டுபிடிப்பது யாரோ?

காடப்பா குசலம் விசாரித்தார்.

"என்ன பெரிய ரெட்டி! இவ்வளவு சீக்கிரமா பொறப் பட்டுட்டே ஒனக்கு களத்து மேடே ஒலகமா போச்சி! பொழுது நல்லா விடிஞ்சதும் கொஞ்சம் பழசையாவது சாப்புட்டுட்டு போகக்கூடாது. முத்துரெட்டி களத்துல எந்த கள்ளப்பய புகுந்து கொள்ளையடிச்சிடுவான்னு இவ்வளவு காலங்காத்தாலேயே பொறப்பட்டுட்டே? உன்னை மாதிரி ஆளுங்க பொறுப்பா இருக்குறதாலதான் இன்னிக்கி முத்து ரெட்டி நெலமெ இவ்வளவு கூடிப் போச்சு.

நெலம் நீச்சுன்னு பெருகிக்கிட்டே போவுது சரி, அதை விடு. ஆமா, நீ என்ன இப்படி இருக்கே? காய்ச்சல் கண்டவன் மாதிரி? பேசாம வீட்ல ஒருவாய் சாப்புட்டுப் போட்டு, ஒரு பக்கமாகப் படுத்துக்கெடக்குற தலையெழுத்துத்தான் ஒனக்கு இல்லாமப் போச்சே"

காடப்பாவின் சொற்களை காதில் போட்டுக்கொள்ளாம லேயே பெரிய ரெட்டி மேலே நடக்கத் தொடங்கினார்.

உடம்புல இருக்குற நோவும், அலுப்பும் வெளிப்படாதிருக்க கூடிய மட்டும் முகத்தை மலர்ச்சியுடனும், கையிலுள்ள கம்பை டகடகவென சுழற்றியபடியும் வேகமாக நடையைப் போட்டார்.

களத்து மேட்டுக்குப் பக்கத்துல இருந்த கொடுக்காப்புளி மரத்தடியில உக்காந்து பீடியை குடிச்சிக்கிட்டிருந்தான் நாகய்யா. கூப்பிடு தூரத்துல பெரிய ரெட்டி வருவதைப் பார்த்ததுமே பீடியைக் கீழே தேய்ச்சி அணைச்சிட்டு, துண்டு பீடியை காதுக்குப் பின்னால் செருகிக்கொண்டு எழுந்தவன், இறைந்துகிடந்த நெல்லை ஒன்றாகச் சேர்த்து ஒதுக்கிவிடத் தொடங்கினான்.

வழக்கமாக வந்ததும், வராததுமாக களத்துமேட்டையே சுற்றிச்சுற்றி நடைபோடும் பெரிய ரெட்டி, மாறாக இன்று கயிற்றுக்கட்டிலை மரத்தடியில் போட்டுக்கொண்டு அதன்மேல் ஒரு சாக்கை உதறிப் போட்டபடி அமர்ந்தார்.

"நாகலு! அந்தக் குருவிகளைச் சத்தம் போட்டு தொரத்திவிடு! போகட்டுமுன்னு விட்டுவச்சா அறுத்துப் போட்ட நெல்லு

கதிருகள ஒவ்வொண்ணா மூக்குல கவ்விக்கிட்டு பறந்துடும்" என்று அவனை வேலையில் ஏவினார்.

நாகய்யா குருவிகளை 'ச்சு, ச்சு' என தொரத்திவிட்டு வந்தவன் பெரிய ரெட்டி முன்னே வந்து நின்றான்.

"கிணத்தடிக்குப் போயி வாளி நெறய தண்ணி மோந்துகிட்டு வாடா" என்று சொல்லியவர் மேத்துண்டை சுத்தி தலைக்கு திண்டா வச்சிக்கிட்டுப் படுத்துக்கொண்டார்.

கண்ணுல கெறக்கமா, வயிறு காஞ்சி கருவாடா உள்ள இழுத்துகிட்டு கெடக்கு, மல்லாந்து படுத்தபடி மேலே மரத்தைப் பார்த்தார். ஒரு கிளையில பச்சைப் பாம்பு நெளிஞ்சிகிட்டு இருக்குறாப்புல தெரிஞ்சது.

குமிஞ்சி கெடந்த நெல்லுக் கதிர்களைக் கொத்திக்கொத்தி வயிறுமுட்ட தின்றுவிட்டு, கொஞ்சநேரம் அலுப்பு தீர்த்துக் குறதுக்காக மரக்கிளைகள்ல வந்து அமரும் குருவிகளுக்காக அது அங்கே காத்துக் கிடந்தது.

பெரிய ரெட்டி, சடாரென்று எழுந்து பக்கத்தில் வைத்திருந்த கம்பால் கிளையைத் தட்டிவிட்டு "உஷ் உஷ்" என்று சத்தமெழுப்பி துரத்திவிட்டதுமே குருவிகள் படபடவென இறக்கைகளை அடித்துக்கொண்டு பறந்துவிட்டன. பாம்பும் மற்றொரு கிளைக்குத் தாவி மறைந்துகொண்டது. பெரிய ரெட்டி மீண்டும் அந்தக் கயித்துக் கட்டிலில் அமர்ந்துகொண்டார்.

நாகய்யா தண்ணீர் நிரம்பிய வாளியைக் கொண்டு வந்து கட்டிலுக்கு அருகில் வைத்தான். பித்தளைச் செம்பு நிறைய, நீரை மொண்டு குடிப்பதற்காக வாய்க்கு அருகில்கொண்டு சென்றவர் மெதுவாக ஒவ்வொரு மடக்காகக் குடிக்கத் தொடங்கினார். முதல் மடக்குக் குடித்ததுமே நெஞ்சை கவ்விப்பிடிப்பது போன்று அடைத்தது. உடனே செம்பை வாயிலிருந்து அகற்றி அருகில் வைத்துக்கொண்டார். தொண்டையிலிருந்து மெதுவாக இறங்கி வயிற்றைத் தொட்டதும் நின்று, நிதானமாகக் குடித்தார்.

நாகய்யா ஆச்சரியப்பட்டுப் பார்த்துக்கொண்டிருந்தான். வழக்கமாக ஒரே மூச்சுல ஒருபடி புடிக்குற செம்பு நிறைய தண்ணீரைத் தூக்கிப்பிடித்தாரென்றால் சொட்டுத் தண்ணி யில்லாம குடிச்ச பிறகுதான் செம்பை இறக்கி கீழேவைப்பார் ரெட்டி அப்படிப்பட்டவர். இன்னிக்கு துளசித் தீர்த்தம் சாப்பிட்ட மாதிரி நின்று நிதானமாக, கொஞ்சம் கொஞ்சமாகப் பருகுவதை வியப்புடன் பார்த்துக்கொண்டிருந்தான்.

சிறிதுநேரம் சென்றதும் “நாகா! இந்த ரெண்டு குவியல்லயும் நல்லா அடர்த்தியா வைக்கோலை அள்ளிப்போட்டு மூடிட்டு, நீ குடிசைக்குப் போப்பா” என்று சொன்னார் பெரிய ரெட்டி.

“உங்களுக்குக் காலை சாப்பாட்டைக் கொண்டாந்து கொடுத்துட்டுப் போறேஞ்சாமி”

“சொன்னதெ காதுல வாங்கிக்கோ! நா இங்கனயே உட்கார்ந்திருக்கேன். நீ போயிட்டு வா! போயி முத்துரெட்டி கணக்கப்புள்ளகிட்ட கூலிப் பணத்தை வாங்கிக்கோ. பேசாம பணத்தைக் கொண்டு போயி பொம்புள கையில கொடுத்து, இம்புட்டோ, அம்புட்டோ காய்ச்சிக் குடிச்சிட்டு பொழக்கிற வழியப் பாரு” என்று புத்திமதி கூறினார் ரெட்டி.

நாகய்யா அந்த இடத்தைவிட்டு நகராமல் மழுப்பிக்கொண்டே நின்றிருந்தான்.

“ஒங்களுக்கு யாரு சாப்பாடு கொண்டு வந்து கொடுப்பாங் கய்யா? நா சாப்பாடு கொண்டாந்து கொடுத்துட்டுப் போயிறே னுய்யா” என்று மறுபடியும் தயங்கியவாறு கூறினான்!

“சொன்னதையே சொல்லிக்கிட்டிருக்காதே நாகய்யா! நீ பாட்டுக்கு போ! சின்ன ரெட்டி கொண்டாந்துருவான்” என்று அதட்டி, அவனை வீட்டுக்கு அனுப்பி வைத்தார் ரெட்டி.

சாப்பாடு நேரத்துக்கு வேலைக்காரங்க அவரு வாசப்படியெ மிதிச்சிட்டாங்கன்னா, அவங்க வயிறு முட்ட சாப்புடாம போனதாக, பெரிய ரெட்டி பரம்பரைக்கே இருந்ததில்லை.

பெரிய ரெட்டி சின்னப்புள்ளையா இருந்த நாட்களில், அடுப்புல எந்த நேரமும் பெரிய தேக்சாவுல சாதம் வெந்துக்கிட்டே இருக்கும். வீட்டுக்கு வந்தவங்களுக்கெல்லாம் பரிமாறிக்கிட்டே இருப்பாங்களாம். பெரியவனானதுக்கப்புறமும் அந்த அளவுக்கு இல்லையென்றாலும், வந்த வேலைக்காரங்க வயிறு நிரம்ப சாப்புட்டுத்தான் போவாங்க.

பழக்கம் மாறாமலே வந்தது. அதுக்காகத்தான் பெரிய ரெட்டி வூட்ல போயி சோறுகொண்டாறதுன்னா, அவ்வளவு மகிழ்ச்சி நாகய்யாவுக்கு.

ஆனால் தற்போதைய நிலைமை வேறு. அதுவும் அன்னக்கி பழைய கஞ்சிக்குக்கூட வக்கில்லாம எல்லாரும் கொல பட்டினி, அடுப்பு மூட்டல்ல. அந்த மாதிரி சூழ்நிலையில் நாகய்யா, வீட்டுக்குப் போயி நின்னான்னா என்னத்த கொடுத்தனுப்பு வாங்க? வீட்டுப் பட்டினி வீதிக்குத் தெரியாதுன்னாலும்,

வேலைக்காரனுக்குப் போடலேன்னா, வீதி முழுக்க தண்டோ ராவா போயிடும்”

வீட்டுல நெல்லு குதிரு காலியாகி ஒரு மாசமாவுது. அக்கம் பக்கத்து வீடுகள்ல கடன் வாங்கி வயித்துப்பாடு போயிகிட்டு இருக்கு. அதுவும் மருமகளோட சாமர்த்தியத்தாலதான்னு சொல்லணும். இன்னும் நாலு நாள் கழிஞ்சிருச்சின்னா, வெளஞ்ச நெல்லு மூட்டைகள் முத்து ரெட்டி வீட்டுக்கு வந்துடும். பெரிய ரெட்டிக்குச் சாப்பாட்டு நெல்லு கொடுத்தனுப்பிடுவாங்க. ஆனா இந்த நாலு நாள் பொழுதெ கடத்துற வழிதான் தெரியலே?

முத்து ரெட்டி ஊருல இல்ல. இருந்தாலாவது கேட்கலாம். ஆனா, அவரு மனைவி இருக்காளே மரியாதை கொடுக்க மாட்டா. அவகிட்ட போயி சாப்பாட்டு நெல்லு கேட்டோமுன்னா எடுத்தெறிஞ்சில்லா பேசுவா!

கயிற்றுக் கட்டிலில் உட்கார்ந்திருந்தவாறு பெரிய ரெட்டி அமைதியின்றித் தவித்தார். படுத்தாலும் இமைகள் மூட மறுத்தன. காலிவயிறு தண்ணீர் இறங்கியதும் கடபுடவென இரைச்சலை ஏற்படுத்தியது. காத்தால கண்ணு முழிக்கிறப்பயே மகனுக்கும் மருமகளுக்குமிடையே நடந்த வாக்குவாதம் நல்லாவே காதுல வந்து விழுந்தது.

“நீயும் ஒங்கப்பனும் எந்த ஆத்துலயோ, குளத்துலயோ விழுந்து சாவுங்க. நான் மட்டும் இன்னக்கி யாரு வீட்டு வாசப்படியையும் மிதிக்கிறாப்புல இல்லே. யாரு முன்னாலயம் போயி நின்னு கெஞ்சிக் கதற மாட்டேன்.” உருட்டுக்கட்டையாட்டம் ரெண்டு ஆம்புளங்க வீட்ல இருந்து என்ன பிரயோஜனம்? உங்க பெருமைக்கும், கௌரவத்துக்கும் இழுக்கு வந்துடக்கூடாதுன்னு ஒரு பொம்பளயெ வீதியில நிறுத்திட்டீங்களே! யாராவது கேட்டாங்கன்னா ஒங்க மூஞ்சியிலே காறித்தான துப்புவாங்க!

“இந்த நாலு நாள் மட்டும் எப்படியாவது சமாளிச்சுக்கோ. ராமய்யா செட்டி நல்ல மனுசன். போயி கேட்டா, கொடுக்காம இருக்க மாட்டாரு. இன்னிக்கி மட்டும் போயி கேளு.

கொஞ்சம் அரிசியோ, நெல்லோ குடுத்தாருன்னா வாங்கியாந்து காச்சி புள்ளகளுக்கு ஊத்து தாயே!” என்று மன்றாடினான் சின்ன ரெட்டி, தன் மனைவியிடம்,

“இந்தா பாருய்யா! இன்னக்கி ஒருத்தரையும் கேட்கப் போறதில்லை. தெனம் தெனம் முறத்தைத் தூக்கிக்கிட்டு, வீடு வீடா போகணுமுன்னு எனக்கென்ன தலையெழுத்து? ஒங்க

அப்பாவும் புள்ளையுமே வீதியில போயி நின்னு ஏதாவது வழி பொறக்குமான்னு பாருங்க"

"ஏம்மா! என்ன சொல்றே? இவ்வளவு நாளா நீயும்தான் பார்த்துக்கிட்டு இருக்குறயே, யாருகிட்டயாவது நாங்க கைநீட்டி வாங்கியிருப்போமா? புள்ளங்க மொகத்துக்காகவாவது இந்த ஒருவாட்டி மட்டும் யாருகிட்டயாவது கேட்டு வாங்கிட்டு வாம்மா" என்று மகன் ஆன மட்டும் கெஞ்சிப் பார்த்தான்.

அவளோ பிடிகொடுப்பதாக இல்லை. கெஞ்சக் கெஞ்ச அவளுக்கு கோபம்தான் அதிகரித்தது. "வாயை மூடுய்யா! என்ன சொன்னே? குழந்தைங்க முகத்துக்காவதுன்னா சொன்னே? அக்கறை எனக்கு மட்டும்தான் இருக்கணுமா? ஒங்க ரெண்டு பேருக்கும் அந்தப் பொறுப்பு இல்லையா? எல்லாம் என் தலையெழுத்து. எந்த நேரத்துல எங்க அம்மா, அப்பா இந்த வீட்ல கட்டிக் கொடுத்தாங்களோ, அன்னையிலேருந்து ஒரு நாளாவது சுகப்பட்டிருப்பேனா? ஒரு நல்லதோ பொல்லதோ அனுபவிச்சிருப்பேனா? புள்னளங்களுக்குத்தான் வகைவகையா வாங்கித் தந்திருப்பீங்களா? காலம்பூரா மாடாட்டம் ஓழச்சதுதான் மிச்சம். பாழாப்போன ஆண்டவன் இப்படியா எழுதி வைக்கணும்?"

அவளுடைய ஆத்திரம் அழுகையாக வெடித்தது.

மனைவியை எந்த வார்த்தைகளால் சமாதானப்படுத்துவது என்று அவனுக்குத் தெரியவில்லை.

அழுது தீர்த்ததும் மீண்டும் பேசத் தொடங்கினாள்:.

"வறட்டுக் கௌரவத்துக்காக பைத்தியக்காரத்தனமா வீட்ல இருந்ததையெல்லாம் வாரி வாரி வழங்கிப்போட்டு இன்னக்கி புள்ளங்கள பட்டினியா போடுற அளவுக்குக் கொண்டு வந்திட்டீங்களே. அப்பாவும், மகனுமா சேர்ந்துகிட்டு, நெலம், நீச்சுன்னு எல்லாத்தையும் கோவில், குளம், பள்ளிக்கூடம், சத்திரம், சாவடின்னு தொலச்சிப்புட்டு இப்படி வெறுங்கையா நிக்கிறீங்களே? இவ்வளவும் எதுக்காக செஞ்சீங்க? பெரிய ரெட்டியும், சின்ன ரெட்டியும் நல்லவங்கன்னு ஊர் உலகம் உங்கள தூக்கிவச்சி பாராட்டணும்னுதானே? கடைசியில பெரிய ரெட்டி மருமவ மட்டும் ஊருக்காரங்க மத்தியில பிச்சைக்காரியாட்டம் அலையனுமாக்கும். எனக்கு மட்டும் மானம், ரோசம் இல்லையாக்கும்? நானுந்தான் ஒரு கௌரவமான குடும்பத்துல பொறந்தவ. பட்டிரெட்டிக்குப் பொண்ணா பொறந்து, உங்க வீட்ல இப்படி வயித்துக்குக்கூட வழியில்லாம நாயா அலையறேன். இந்தா பாருய்யா! புள்ளங்களெ காப்பாத்துவயோ?

கொன்னுதான் போடுவெயோ, எனக்குத் தெரியாது? பொழுது சாயிறதுக்குள்ளாற எப்படியாச்சும் கஞ்சிக்காய்ச்ச ஏதாவது வழி இருக்கான்னு பாரு. அப்படி நீ கொண்டாந்து கொடுக்கலேன்னா பட்டினிச் சாவுதான் எனக்கும், எங்கொழந்தைகளுக்கும். அப்பயாவது உங்களுக்குப் புத்தி வருதான்னுதான் தெரியலே"

மருமகளின் வார்த்தைகள் கூரிய அம்பாய் தைத்தன. பெரிய ரெட்டியைப் பெரிதும் கவலைக்குள்ளாக்கியது. தொண்டையை இருமியதும் மருமகள் பரபரவென உள்ளுக்குள் சென்றுவிட்டாள். மகனோ ஏதுமறியாதவனாக, வெளியே செல்லத் தொடங்கினான்.

களத்துமேட்டிலிருந்த பெரிய ரெட்டிக்கு காலையில் நடந்த சம்பவம் மனதைப் போட்டு அலைக்கழித்துக் கொண்டிருந்தது. மருமகள் கோபத்துல ஏதோ பேசிப்புட்டாலும் ரொம்ப நல்லவதான். குழந்தைங்க பசியோட இருக்குறதெ பார்க்கப் பொறுக்காம, எங்கயாவது போயி கெஞ்சிக் கதறியாவது கிடைச்சதை வாங்கிட்டு வந்து கொதிக்கவைக்காம இருக்க மாட்டாள்னு நம்பினாரு.

மதியம் மூணு மணி இருக்கும். பெரிய ரெட்டி வீட்டை நோக்கிப் புறப்பட்டார். மெல்ல புழக்கடை பக்கமா போயி கிணத்துல தண்ணியை எறச்சி கைகால் முகம் கழுவிக்கிட்டு அடுப்பாங்கரையை எட்டிப் பார்த்தார். கவுத்தியிருந்த சட்டி பானைகள் நிலைமையை விளக்கின. கூடத்துல மருமகளும் கொழந்தைங்களும் சுருண்டு படுத்திருந்தாங்க.

அவர் மனது ரொம்பவும் வேதனைப்பட்டது. மகன் வீட்டுக்கு வந்தாப்புல தெரியல. கொஞ்சநேரம் வரைக்கும் திண்ணையில படுத்திருந்திட்டு பொழுது சாயுறத்துக்கு முன்னாலயே எழுந்திரிச்சி களத்து மேட்டுப் பக்கமா நடையைக் கட்டினார்.

இன்றைய தேதியில பெரிய ரெட்டிக்குச் சாப்பாட்டுக்கே வழியில்லேன்னாலும் நாலு பேரு மத்தியில மானம் மரியாதையாகத்தான் வாழ்ந்து வருகிறார். பேருக்கும், புகழுக்கும் குறைவில்லை.

"இரு பெரிய ரெட்டி என்று தாத்தா, கொள்ளுத்தாத்தா காலத்துலேருந்து பெற்றிருந்த பெயருக்குக் களங்கம் வராதபடி காப்பாற்றி வந்தார் பெரிய ரெட்டி.

இப்பவும் செங்காளியம்மன் பொங்கலுக்கு முதல் காணிக்கை கெடா வெட்டு, மன்னாருசாமி கோவில் முக்கோடி திருவிழாவுல முதல் வரவேற்பு, ஊர்ல எந்த ஒரு பிரச்சினை வந்தாலும் பெரிய

ரெட்டிதான் மத்யஸ்தம் செய்யணும். அவரு தீர்ப்புக்கு மறு பேச்சில்லை.

தானதர்மத்திற்குப் பெரிய ரெட்டி குடும்பம் பெயர் பெற்றது. போலூரு பெரிய ரெட்டியா! அரிச்சந்திரனல்லவான்னு சுத்துப் பத்து கிராமங்கள்ல அவருடைய நல்லதனத்தைப் பற்றி புகழாதவங்க கிடையாது.

பெரிய ரெட்டி இருநூறு ஏக்கர் புஞ்சை, நூறு ஏக்கர் தென்னந்தோப்புன்னு பெரிய ஜமீனைப்போல வாழ்ந்தவங்க, அவரு பேரைத்தான் பேரனுக்கும் வச்சிருக்காங்க. பெரிய ரெட்டி அப்பா சின்னரெட்டி. அவரு பேருதான் இப்ப பேரப்புள்ளயான சின்னரெட்டிக்கு வச்சிருக்காங்க.

பெரிய ரெட்டி, தாத்தா வெட்டின குளம்தான் அந்த ஊருக்கு உசுரு கொடுத்ததாம். அதுக்கு பெரிய ரெட்டி குளம் என்றே பெயர் ஏற்பட்டுவிட்டது.

பெரிய ரெட்டி சிறு குழந்தையா இருந்தப்போ ஒருசமயம் தண்ணீர் தட்டுப்பாடு ஏற்பட்டது. ஊரிலுள்ள நிலங்களுக்குச் சொந்தக்காரங்களெல்லாம் ஒட்டுமொத்தமா தாத்தாகிட்ட வந்து முறையிட்டாங்க, "கம்மாயில தண்ணியில்ல. சாகுபடி செய்யணும்னா தண்ணி தேவையாயிருக்கு. மரங்கள்லாம் தண்ணியில்லாம வாடிப் போகுது. பூமி வறண்டு கெடக்குது. மழையோ பெய்வானேங்குது. நீங்கதான் ஒரு தீர்வு சொல்லணும்ன்னு வேண்டிக்கிட்டாங்க.

அந்த சமயத்துலதான் அந்தக் குளம் வெட்டும் வேலை தொடங்கப்பட்டது. நல்ல கோடை காலம் தோண்டத் தோண்ட பாறையா காட்சி தந்தது. இருந்தாலும் மனசு தளராம தாத்தாவும், அப்பாவும் கடப்பை ஜில்லாவுலருந்து கல்லுத் தச்சர்களை அழைத்து வந்து வேலையைத் தொடர்ந்து நடத்தினார்கள்.

நூத்துக்கும் மேற்பட்ட தொழிலாளர்கள் குழந்தையும் குட்டியுமா வந்து இறங்கினார்கள். அவர்களுக்குத் தேவையான சாப்பாடு, துணிமணி, இருக்க இடம் எல்லாமே செஞ்சாங்க. ஊரே திருவிழாக்காடா காட்சியளித்தது.

கல்லுத்தச்சருங்க கொளுத்துற வெயில்ல பாறைகளை பிளக்குறப்ப அவங்க உடம்பிலிருந்து வியர்வை, ஆறா பெருகி ஓடுமாம். பொழுது சாயறவரைக்கும் நல்லா ஒழைப்பாங்க. தென்னங்கள்ளு பானை பானையா வந்து இறங்கும். வேண்டிய மட்டும் குடிச்சிட்டும், நாலைஞ்சி நாளக்கி ஒரு தரம் கெடா வெட்டி, சோறும் குழம்புமா மூக்கப்பிடிக்கத் தின்னுட்டு நிம்மதியா

தூங்குவாங்களாம். குளத்து வேலை முடியறதுக்குள்ளேயே பெரிய ரெட்டி மந்தையில கால்பாகம் ஆடுகள்கூட மிஞ்சாது.

இப்பகூட கடப்பை பக்கம் உள்ள கல்லுத் தச்சருங்க அவங்க போட்ட சாப்பாட்டையும், கள்ளையும் பற்றி பெருமையா பேசுவாங்க.

பெரிய ரெட்டி கைக்கு மாறும்போது மிஞ்சி நின்றது இருபத்தைந்து ஏக்கர் நிலம் மட்டுமே. அதற்காக அவர் வருந்தவில்லை. வம்சாவாரியா, பரம்பரை பரம்பரையா வந்த பெயரை நிலைநிறுத்திக்கொள்வதற்காக அவரால் செய்ய முடிந்ததையெல்லாம் செய்துகொண்டுதான் வந்திருக்கிறார்.

ஒருசமயம் கச்சேரி பள்ளிக்கூடத்தில் ஆண்டு விழா. டி. இ. ஓ. வந்திருந்தார். மேடையில் பெரிய ரெட்டியும் அமர்ந்திருந்தார். டி. இ. ஓ. பேச ஆரம்பித்தார். பெரிய ரெட்டியைப்போல நல்ல மனிதர்கள் வாழ்கின்ற இந்த ஊரில் பள்ளிக்கூடத்திற்கென்று சொந்தக் கட்டடம் இல்லாமலிருப்பது வருந்தத்தக்க விஷயமாகும் என்பதால் ஐம்பதாயிரமோ, ஒரு லட்சமோ ஊரிலுள்ளவர்களிடம் வசூல் செய்துவிட்டால், மீதிப் பணத்தையெல்லாம் அரசாங்கம் கொடுத்துவிடுமென்றும், கட்டடம் கட்டிக்கொள்ளலாமென்றும் கட்டட மேற்பார்வை பெரிய ரெட்டியிடம் ஒப்படைக்கப்பட வேண்டுமென்றும் டி இ. ஓ. கூறினார்.

ஊருக்கு ஒரு நல்ல காரியம் என்றால் முன்னிலை வகிப்பவராயிற்றே பெரிய ரெட்டி. ஐம்பதாயிரமும் தானே கொடுப்பதாக வாக்களித்தார். நிர்மாண வேலைகள் முழுவதுமாக அவர் தலையிலேயே சுமக்க வைத்தார்கள். காண்டிராக்டரிடம் விட்டுவிட்டால் கட்டடம் உறுதியாக இருக்காது என்பதால் பெரிய ரெட்டியே சகல பொறுப்பையும் ஏற்றுக்கொண்டார். செலவு இரட்டிப்பாகவே குளத்தங்கரைக்குப் பக்கத்திலுள்ள ஏழு ஏக்கர் நிலம் விற்கவேண்டி வந்தது.

மற்றுமொருமுறை மன்னார்சாமி கோவில் கோபுரம் பழுதடைந்து நின்றதால், புதுப்பிக்கும் பணியை ஏற்கவேண்டிய சூழ்நிலை, பெரிய ரெட்டிக்கு வந்தது. கோவில், அறங்காவலருக்கு அவதூறானப் பேச்சு வந்துவிடக்கூடாதல்லவா! அப்போது ஒரு ஐந்து ஏக்கர் நிலம் கைவிட்டுப் போயிற்று.

சின்னரெட்டியும் தந்தையின் தாராள செயல்களில் தடங்கலாக நின்றதில்லை. ஆனாலும், அம்மா, தம்பி என்று அடுத்தடுத்து ஏற்பட்ட உயிர் இழப்புகளைத்தான் அவனால் தாங்க முடியவில்லை.

பெரிய ரெட்டிக்கு இரண்டு பையன்கள். ஒரு பெண் மகளை நெல்லூரில் கொடுத்திருந்தார். சீர் செனத்திற்கு குறை வைக்காமல் நன்றாகவே செய்திருந்தார். மாசத்துல ஒரு வாரமாவது தாய் வீட்ல வந்து தங்காம போகமாட்டா. கடைசியா ஐந்து ஏக்கர் நிலத்தை நாயுடு பேட்டை பேங்க் ஜப்தி செய்த பிறகு மாப்பிள்ளையும், பொண்ணும் வருவதை நிறுத்திக்கொண்டார்கள்.

பெரிய ரெட்டி மனைவியும் புருஷன் பேச்சுக்கு மறுபேச்சு பேசியறியமாட்டா. குடும்பப் பொறுப்பு முழுக்க இழுத்துப் போட்டு செய்வா. என்னதான் குடும்பத்துல கஷ்டங்கள், பிரச்சினைகள் வந்தாலும் தாங்கிக்கொள்ளும் மனம். கணவனுக்கு எந்தவிதமான தொந்தரவும் தந்ததில்லை. உடம்பிலிருந்த நகை நட்டு எல்லாமே தான தர்மங்களுக்கென்று போயிட்டாலும் கணவனை நிக்கவச்சி நாலு வார்த்தைக் கேட்டதில்லை. தான் பெற்ற மகன் சாவுலகூட தன் விதியைத்தான் நொந்துகொண்டாளே தவிர புருஷனைக் குறை கூறவில்லை.

பெரிய பிள்ளை சின்ன ரெட்டி, காடு கழனின்னு இருந்து விட்டான். சின்னவன் இன்டர்மீடியட் பாஸ் பண்ணியதும் பெங்களூரில் இன்ஜினியரிங் படிக்க ஆசைப்பட்டான். பெரிய ரெட்டி உடனே ஐந்து ஏக்கர் நிலத்தை விற்று காலேஜ் டொனேஷன் கட்டிச் சேர்த்துவிட்டார். சாப்பாட்டுக்கும், துணிமணிக்கும் இதர செலவுக்குமே மாசம், ஏழாயிரம் ரூபாய் வரை அனுப்ப வேண்டியிருந்தது. விவசாயிக்கு அறுவடை காலத்தில் மட்டுமே பணம் புரளும். மற்ற காலத்தில் பணத்தை எப்படி புரட்டுவது?

மனுசன் மலைத்து நின்றபோது, முத்து ரெட்டி கைகொடுத்து உதவினார். கேட்கும்போதெல்லாம் பணத்தை இல்லையென்று கூறாமல் கொடுத்து வந்தார். கடன் உயர்ந்துகொண்டே வந்தது. எத்தனை காலம், எத்தனை களம் நெல்லு விளைஞ்சி அவருடைய கடனைக் கட்டுவது? மானத்தைக் காப்பாத்திக்க நிலத்தை விக்கறதைத் தவிர வேறு வழி தோணலை மற்றும் ஓர் ஐந்து ஏக்கர் முத்து ரெட்டியின் கைகளில் அர்ப்பிக்கப்பட்டது.

நான்காம் ஆண்டு படிப்புக்கு பணம் அனுப்புவதில் சங்கடம் ஏற்பட்டது. மழை வேறு சரிவர இல்லையாதலால் விளைச்சல் பாதிக்குப் பாதிகூட கைக்கு வரவில்லை. மீதியிருந்த நிலம் அடமானத்தில். புதுசா யாருகிட்ட போயி கடன் கேக்குறது? மூணுமாசமா காலேஜுக்கு பணம் அனுப்ப முடியலே. கடிதம் மேலே கடிதமா கொடுத்துட்டுப் போனான் தபால்காரன். பீஸ் கட்டாததற்கு, பிரின்சிபல் கண்டித்தது பையனுக்கு மானக்கேடா போச்சி. உடனே ரூம்ல வந்து பேன்ல தொங்கிட்டான்.

பெங்களூரில் படித்துவிட்டு இன்ஜினியராக வருவான் என்று எதிர்பார்த்த சின்னமகன் சவம் வீட்டுக்கு வந்து சேர்ந்ததுமே பெத்தவளால தாங்கிக்க முடியல்லே. அந்தக் கவலையிலேயே அந்தத் தாயும் போயி சேர்ந்துட்டாள்.

மனைவி செத்து நடுவீட்ல கிடத்தப்பட்டபோது பெரிய ரெட்டி கையில சல்லிக்காசுகூட கிடையாது. முத்து ரெட்டித்தான் முன்னால் நின்று காரியங்களை நடத்தி வைத்தார். ஆனாலும் கருமாதியன்னிக்கு கடா வெட்டுறதுல கொறை வைக்கவில்லை.

நாயுடு பேட்டை பேங்குக்காரங்க, கடனுக்காக வந்து பிடியோ பிடி என்றதும் மீதமிருந்த நிலமும் ஜப்தியில போயிருச்சி.

பெரிய ரெட்டி வெறுங்கையோட புரியாமெ நின்னப்போ முத்துரெட்டி அனுசரணையா பேசினாரு. “பெரியண்ணா உங்களது பெரிய கையி, மனமொடிஞ்சி நிக்காதீங்க. என்னுடைய நெலத்தை நீங்களே மேற்பார்வை பாருங்க.

வெளஞ்சி வந்ததும் சாப்பாட்டுக்குத் தட்டுப்பாடு இல்லாம ஓங்க வீட்டுக்கு நெல்லு அனுப்பிடறேன். ஓங்க மகனை யாருக்காவது பங்குக்கு உழச்சொல்லுங்க, கவலையில்லாம காலத்தை ஓட்டலாம்”

அரசியலில் ஒய்வே இல்லாத முத்து ரெட்டிக்கு நிலபுலன்களை சரியானபடி கவனித்துக்கொள்ள பெரிய ரெட்டியை விட நல்ல மனிதர் எங்கே கிடைப்பார்? எவ்வளவு பணம் கொடுத்தாலும் இவரைப் போன்ற பொறுப்பான, ஆசையற்ற மனிதரைத் தேடிப் பிடிக்க இயலுமா?

ஆனாலும்கூட பெரிய ரெட்டியைத் தன்னுடைய பண்ணையில் வேலைபார்க்கும் மனிதனாக இதுவரையிலும், முத்துரெட்டியோ மற்றும் ஊரில் உள்ளவர்களோ நினைத்துப் பார்த்ததில்லை. அவருடைய நல்ல குணத்தை எல்லோருமே மெச்சுவார்களே தவிர, மரியாதைக்குறைவாக நடத்தியதில்லை.

பெரிய ரெட்டியின் அடிமனதில் தாத்தா, முத்தாத்தாக்களைப் போல வசதியாக வாழ முடியவில்லையே என்ற ஆதங்கம் எழத்தான் செய்தது.

கடந்த கால நினைவலைகளில் தன்னை மறந்திருந்த பெரிய ரெட்டி, ஏதோ சரசரவென்று சப்தம் கேட்டதுமே சிந்தனையி லிருந்து விடுபட்டார்.

மசமசவென்றிருந்த இருளில் நெல்லை யாரோ அள்ளுவதுபோலத் தோன்றியது. படக்கென கட்டிலிலிருந்து எழுந்து, கைத்தடியை கையில் பற்றிக்கொண்டு மெதுவாக நடந்து சென்று நெற்குவியலின்

பின்பக்கத்தை அடைந்தார். யாரோ சாக்குப்பைக்குள் நெல்லைஅள்ளிக்கொண்டிருப்பது தெரிந்தது. பெரிய ரெட்டியின் உடம்பிலுள்ள ரத்தம் சூடேறியது. கோபத்தில் கண்கள் சிவந்தன. அவருள் ஒரு புது சக்தி பிரவகித்தது. கையில் பற்றியிருந்த தடியால் அந்த மனிதன்மீது பலம்கொண்ட மட்டும் "ணங்" கென்று ஒரு போடு போட்டாரோ இல்லையோ, அள்ளிக்கொண்டிருந்தவன் திரும்பிப் பார்த்தான். பெரிய ரெட்டி பதறியபடி விக்கித்து நின்றுவிட்டார்.

சற்று முன் ஜிவுஜிவுவென்றேறிய ரத்தமெல்லாம் உறைந்து விட்டாற்போன்ற உணர்வு; உடம்பு சில்லிட்டது. கையிலிருந்த கோல் நழுவி கீழே விழுந்தது. உடம்பில் இனம்புரியாத நடுக்கம் ஏற்பட்டது. வாயினின்று வார்த்தைகள் வர மறுத்தன. தன்னை ஒருவாறு சமாளித்தவராய் பெரியரெட்டி லேசாக முணு முணுத்தார். "சின்னவனே!" என்றார். அதற்கு மேல் அவரால் பேச இயலவில்லை. அந்த ஒரே ஒரு வார்த்தைக்குள் ஆச்சரியமும், அவமானமும் ஒரு சேர இழைந்தன.

ராஜம்மா சொன்னா, "கொழந்தைங்க பசி" என்று வார்த்தைகள் தயக்கத்துடன் வெளிப்பட்டன. சின்ன ரெட்டி பயந்தபடி கூனிக் குறுகியவாறு நின்றிருந்தான்.

பெரிய ரெட்டிக்கு எல்லாமே நன்கு புரிந்துவிட்டது. ரோஷமும், கோபமும் பொத்துக்கொண்டு வர சடாரென்று தள்ளிவிட்டார் அவனை.

அவனுக்குப் புரியவில்லை. எத்தனையோ முறை கேட்டுத் தெரிந்துகொள்ள நினைத்திருக்கிறான். ஆனால் வெளிப்படையாக இதுவரை கேட்டதில்லை.

●

நானும் அவரும்

இந்த மலைச்சிகரத்தின் அழகை பார்க்கப் பார்க்க அப்படியே இதற்குள் குதித்துவிடத்தான் தோன்றுகிறது. சிறிது நேரமாவது இந்தப் பச்சைப் பசேலென்ற இயற்கையின் மடியில் பறவையைப் போல அப்படியே காற்றோடு காற்றாய் பறந்து திரிய முடியுமா என்றுகூட நினைக்கிறேன் என்றேன் உணர்ச்சித் ததும்பிய குரலில்.

சுற்றிலும் உயரமான குன்றுகளின் நடுவிலிருந்து வீசுகின்ற சில்லென்ற காற்று அந்த நிமிடத்தில் என் சருமத்தைப் பிளந்துகொண்டு சென்று ரத்த மாமிசத்துடன் நாட்டியமாடத் தொடங்கியது.

அவர் சிறிதுநேரம் அந்த ஏரியையே பார்த்துவிட்டு, நீண்ட நாட்களாகவே நான் இந்த மாதிரியான முயற்சியைத்தான் செய்துகொண்டிருக்கிறேன். ஆனால் பலன்? ஊஹூம்... சூன்யம்" என்றார் அந்த மலையினருகிலிருந்து நடந்தவாறே.

வியந்துபோனனேன். இப்போதுதான் எனக்குள் எழுந்த இந்த எண்ணம் நீண்ட நாட்களுக்கு முன்பிருந்தே அவருக்கு ஏற்பட்டிருந்ததென்பதைத் தெரிந்ததும், நிஜமாகவே இப்படிப்பட்ட எண்ணங்கள் யாருக்குமே வராது.

"என்னது... பறவையைப்போல எகிறி லேசாக மேலே எழுவதா...?" என்றேன் அவரோடு நடந்தபடியே.

"இல்லை, மனிதனைப்போல தரையின் மேல் அசாத்தியமாய் நடக்க நினைப்பது" என்றார். மீண்டும் என்னை ஆச்சரியப்படுத்தியது.

மனிதன் பறவையைப்போல காற்றில் பறக்க வேண்டுமென ஆசைப்பட்டுக்கொண்டிருப்பான். ஆனால் மனிதன் மேலிருந்து கீழே தரையின் மேல் மனிதனைப்போல இவர் நடக்க நினைப்பது ஏன்? கவித்துவம் என்பதுபோல பேசுகிறாரா? அல்லது கேலியாகவா? ஒரு வேலை எனக்குத் தோன்றிய அற்புதமான எண்ணத்தால் நான் சந்தோசப்பட்டுக்கொண்டிருக்கிறேன் என்ற பொறாமையில் அப்படிச் சொன்னாரா? இல்லையென்றால் நான் ஏதோ பைத்தியக்காரனாய் தெரிகிறேனா?

பரிச்சயமான இரண்டு மணி நேரத்திற்குள் ரொம்பவும் உரிமை எடுத்துக்கொண்டவராய் தோன்றினார்.

"நீங்க என்னோடு விளையாடுகிறீர்கள் என்று நினைக்கிறேன்" என்றேன், சிரிப்பதுபோல நடித்து. ஆனால் அவரோ ரொம்பவும் கம்பீரமான முகத்தோற்றத்துடன்...

"நான் சொல்றது உண்மை. வெகுகாலமாக நான் மனிதனாக உருவம் கொள்வதற்கு முயற்சித்தவாறு இந்தச் சுற்றுப்புறத்திலேயே அலைந்துகொண்டிருக்கிறேன். ஆனால் என்னதான் முயன்று பார்த்தாலும் பலன் கிட்டவில்லை.

என் பேச்சில் உங்களுக்கு நம்பிக்கையில்லையென்றால் கொஞ்சநேரம் நான் நடப்பதைக் கவனியுங்கள்... உங்களுக்கே புரிந்துவிடும்" என்றார் அவர்.

நான் அவருடைய பாதங்களையே உன்னிப்பாகக் கவனித்து அவரின் நடையின் லாவகத்தைக் கண்டு (திக் பிரமையடைந்து விட்டேன்) அப்படியே அசந்து போய்விட்டேன்.

அவர் இரண்டடி தரையின்மேல் நடந்தால் இரண்டடி காற்றில் மிதந்து செல்கிறார். மிகவும் கவனமாகப் பார்த்தால்தான். இல்லையென்றால் இந்த விஷயத்தை யாராலும் கண்டுகொள்ள முடியாது. பயத்தில் வேர்த்துக் கொட்டியது எனக்கு. நடனமாடிக்கொண்டிருந்த உடல் ஒரேயடியாக நடுக்கமுறத் தொடங்கியது.

இப்படி நடக்கின்ற மனிதனைப் பார்ப்பது வாழ்நாளில் இதுவே முதல்முறை. இவர் சொல்வதை நம்பவேண்டிதான் இருக்கிறது. இவர் காற்றில் மிதந்தும், தரையின்மேல் நடப்பதற்கும் முயற்சி செய்துகொண்டிருக்கிறார் என்பது உண்மைதான். ஆனாலும் இதெல்லாம் நம்பத்தகுந்ததாக இல்லை.

“இது என் அறிவுக்குகந்ததாகத் தோன்றவில்லை. நீங்கள் சொல்வது நிஜமென்றால் வெகு இயல்பாக காற்றில் மிதக்கும் நீங்கள், தரையின் மீது நடப்பதற்கு ஏன் முயல்கிறீர்கள்...?” என்றேன் இன்னும் வியப்பினின்று விடுபடாமலேயே.

“ஏனென்றால்... நான் இலவம் பஞ்சுபோன்ற சரீரத்துடன் பிறந்ததால் இத்தனைக் காலமாக இந்த மென்மையான நிலையையடைந்து, காற்றில் பறந்து பறந்து ஆகாயத்தில் மிதந்து மிதந்து வாழ்வின் மீது வெறுப்பு ஏற்பட்டதால், வாழ்க்கையில் பிடிப்பும் பரவசமுமில்லாமல் போய்விட்டதால், சாரமற்ற, சக்தியற்ற இந்த சரீரம், கனமுள்ளதாய் பாதங்கள் முழுமையாக நிலத்தில் பதிந்தால்... அந்தப் பாரமான உணர்வை அனுபவித்தபடியே இந்த பூமியின்மீது சுற்றித் திரியவேண்டுமென்று நீண்ட நாட்களாக முயன்றுகொண்டிருக்கிறேன். ஆனால் இந்த ஜன்மத்தில் அப்படி நடக்குமென்று தென்படவில்லை. ஆனாலும் சரியே, பற்றுதலை விடாத விக்கிரமாதித்தனைப்போல இன்று எப்படியாவது நடந்து நடந்து அப்படியே ஏரியின் முனைவரை சென்று விடவேண்டுமென்று புறப்பட்டேன். இதற்குள் அலைக்கு இந்தப் பக்கம் நீங்கள் அறிமுகமானீர்கள்” என்றார் அவர். ஏனோ தெரியவில்லை என் மர்மஸ்தானமே மூத்திரத்தால் ஜில்லிட்டிருந்தது. அவர் பேயோ, பிசாசோ இல்லையென்பது அவருடைய பாதங்களைப் பார்த்தாலே புரிந்துவிடும். அவருடைய பல்வரிசையைப் பார்த்தாலும் பேசும் ஆற்றலைக் கேட்டாலும் யாருக்குமே இந்தச் சந்தேகம் தோன்றாது. இந்தப் பூமியில் இப்படிப்பட்ட மனிதர்களும் வாழ்ந்துகொண்டிருக்கிறார்களா என்று நினைக்கையில் பிரம்மையும் வியப்பும் ஏற்படத்தான் செய்தது. பல்வேறுவிதமான படைப்புகளில் இவர் சற்று வித்தியாசமானவர்போலும் என்று எண்ணினேன். ஏனென்று தெரியவில்லை? அவர் மீது இதற்கு முன்பிருந்த பயம் கழன்று ஒருவிதமான இரக்கம் உண்டானது.

“ஆமாம் இதுவரை உங்களது ஊரைப்பற்றி சொல்லவில்லையே” கேட்டார் அவர், என் எண்ணங்களுக்கு முடிவு கட்டுபவர்போல.

“விசாகப்பட்டினம்” என்றேன். அப்படிச் சொல்லும்போது இயல்பாக அவருடைய கண்களைப் பார்த்து அதிர்ந்துவிட்டேன். அவருடையது பட்க்ஷி கண்கள். சரீரமெல்லாம் மனிதனுடையது. தொடர்ந்து அவர் சொல்வதெல்லாம் உண்மையென்ற நம்பிக்கை வலுத்தது.

“நீங்க எந்த ஊரு?” என்று கேட்டேன்.

அவர் பின்னால் திரும்பி "அதோ... அங்கே தூரத்துல கொஞ்சம் மேடா தென்படுற ரெண்டு மலைகளுக்கும் தள்ளியிருக்குற, ரெட்லபாளையம் என்றவர், ஆமாம்! அரகம் வரைக்கும் வரவேண்டுமென்றால் யாராயினும ரயிலிலாவது, பஸ்ஸிலாவது வருவார்களே தவிர நீங்க என்னன்னா இந்த மலைகள், ஏரிகள் மீதுள்ள ரயில் தண்டவாளத்தின் நடுவே தன்னந்தனியாக நடந்து வருகிறீர்கள். அப்படியென்றால் நீங்கள் அரகம் வரைக்கும்தானா?"

"ஆமாம். சிருங்கபுரம் கோட்டை வரைக்கும் ரயிலில் வந்தேன். அங்கிருந்து இந்தத் தண்டவாளத்தின் வழியாக நடந்தே அரகம் வரைக்கும் சென்று வரவேண்டுமென்ற நீண்ட நாட்களாக நினைத்துக்கொண்டிருந்தேன். இதோ... இப்போதுதான் நேரம் கிடைத்திருக்கிறது. இந்த வழியானது. ஒவ்வொருநாள் இரவிலும் கனவில் தென்பட்டுக்கொண்டேயிருக்கும். இந்த வழியின் நடுவே ஏதோ அற்புதம் மறைந்துகிடப்பதாக, எப்போதிருந்தோ என் உள்மனம் சொல்லிக்கொண்டேயிருக்கிறது. கனவில் கண்ட அற்புதத்தை இங்கே தேடிக்கொண்டிருக்கிறேன். ஆனால் தென்படமாட்டேனென்கிறது" என்று சற்று நிறுத்தியதும்.

"யார் சொன்னது, அந்த அற்புதம் நீங்கதானோ என்னவோ?" என்றேன் சிரித்தபடியே. அவரும் பட்க்ஷி கண்களால் சிரித்தார் அவரை பார்க்கையில் ஏதோ ஒரு பிறவியில் உயிருக்குயிரான நண்பனாய் இருந்திருக்க வேண்டுமெனத் தோன்றியது.

பச்சைப்பசேலென பரவிக்கிடக்கும் பள்ளத்தாக்கின் மூலிகைகளின் வாசனையை நுகர்ந்தவாறு சமுத்திர மட்டத்திலிருந்து சில நூறு அடிகள் மேலேயுள்ள உயமான அந்த மலைகளின்மேல் வளைந்து வளைந்து நடந்துகொண்டிருக்கிறோம்.

அரகம் வரைதான் என்று அவரிடம் பொய் சொல்லியிருந்தேன். உண்மையில் என் பயணம், இப்படியே தரையில் நடந்து நடந்து, பறவையாய் மாறி... காற்றில் பறந்து செல்லும் வரைக்கும்.

இந்த விஷயத்தை அவருக்குச் சொல்ல விரும்பவில்லை. காற்றில் பறக்க முடிந்து, மனிதனைப்போல தரையின்மேல் நடக்க வேண்டுமென்ற ஆசையுள்ளவனிடம் என் லட்சியத்தை எடுத்துச் சொன்னால் விழுந்து விழுந்து சிரிக்கத்தான் செய்வான் என்று நினைத்தேன். அவரது குறிக்கோள் வேறு... என்னுடைய லட்சியம் வேறு. என்றாலும் எங்கள் இருவரின் சந்திப்பு விசித்திரமானதாகவே நினைக்க முடிந்தது.

கனமான சரீரம்... மனம், துருப்பிடித்த வாசனையுடன் கூடிய வாழ்க்கையில் விரக்தியடைந்து பறவையைப்போல மாறி காற்றில்

சந்தோசமாகப் பறந்து செல்ல வேண்டுமென புறப்பட்ட எனக்கு லேசான சரீரத்தின் மீது வெறுப்பேற்பட்டு, கனமான சரீரத்தின் நிலையைப் பெற வேண்டுமென்றும் முயன்றுகொண்டிருக்கும் மனிதனோடு அறிமுகம் ஏற்பட்டிருப்பதையும் எந்தக் கோணத்திலிருந்து புரிந்து கொள்வதென்பது தெரியாமலிருந்தது.

என்னைச் சுற்றியுள்ள இடங்களை ஒருமுறை கூர்ந்து நோக்கினேன். பள்ளத்தாக்கானது அடிவானம் வரை நீண்டு வானத்தைச் சாப்பிட்டு வானத்தை அசைபோட்டுக்கொண்டிருந்தது. செடி, கொடி, மரங்கள், இலைகள் இவற்றின்கீழ் உள்ள நிழல்கள் நடுப்பகலின் நித்திரையிலாழ்ந்திருந்தன. ஆகாயத்தின் நீலநிறத்தையும் தன்னுள் கலந்து பிரகாசித்துக் கொண்டிருக்கின்ற உயரமான மலைத்தொடர்கள் யாராலும் புரிந்துகொள்ள முடியாத ரகசியங்கள் குறித்து கிசுகிசுத்துக் கொண்டிருந்தன.

சின்னச் சின்ன ஆறுகள், பாலங்கள், அவற்றின் கீழுள்ள மேடு, பள்ளங்கள் எல்லாவற்றையும் தாண்டியவாறு ரயில் தண்டவாளத்தின் நடுவே நடந்துகொண்டிருக்கிறோம்.

நடு நடுவே எதிர்ப்பட்டுக்கொண்டிருக்கும் சின்னச் சின்ன ரயில்வே ஸ்டேஷன்கள், எப்போதோ ஒருமுறை வந்து போகின்ற கிரன்டோல், பாசஞ்சர், அதன்பிறகு வந்த இரண்டு மூன்று கூட்ஸ் ரயில்கள் எல்லாமே சென்றுவிட்ட பின்னர் நிசப்தத்திற்குள் மூழ்கி சுற்றுப்புறத்திலுள்ள செடி கொடிகளுக்குள் கலந்துவிட்டிருந்தது மௌனமாய்.

ஆங்காங்கே ஒரு சில ரயில்வே துறையைச் சார்ந்த மனிதர்கள் (கேங்மேன்கள்) ஏதோ வேலை செய்தகொண்டிருப்பதுபோல் தெரிந்தது. எங்களை அவர்கள் பெரிதாகப் பொருட்படுத்தவில்லை. முக்கியமாக காற்றில் மிதந்துகொண்டிருந்த அவரை, எங்களுக்கு வேண்டியதும் அதுதான் என்று நினைத்துக்கொண்டோம் "கண்ணுக்கெட்டிய தூரம் வரை வியாபித்திருக்கும் இந்த இயற்கையை பார்க்கும்போது இதெல்லாம் ஒரு மர்மதேசம் போலவும், நாம் இந்தத் தேசத்தை பரிபாலித்துக் கொண்டிருப்பவர்கள்போலவும் இருக்கிறோமல்லவா" என்றேன்.

அவர் சிரித்தார்.

இந்தப் பூமியிலுள்ள இப்படிப்பட்ட அற்புதமான எத்தனையோ இடங்களையெல்லாம் விட்டுவிட்டு மக்களெல்லோரும் நெருக்கத்துடன் இறுக்கத்துடன் சங்கடத்துடன் அழுக்குப் பிடித்துப்போய் நகரத்தில் ஏன் வசிக்கின்றார்களோ என்று நினைக்கத் தோன்றியது.

இன்னொருத்தரைப் பற்றி நமக்கு எதுக்கு? நேற்று முந்தா நாள் வரை நானும் இம்மாதிரி வசித்தவன்தானே...!

ஏனோ... அந்த வாழ்க்கையின் மீது விரக்தி ஏற்பட்டு, திடீரென்று ஒருநாள் வாழ்க்கையை, மரணத்திற்கு முன்னாலுள்ள ஒரு சில நாட்களோடு ஒப்பிட்டுப் பார்த்ததால்தானே... லட்சியமென்று ஏதோ தெரிந்துகொண்டதாய் தோன்றியது. யாரிடமும் சொல்லிக்கொள்ளாமல் இப்படிப் புறப்பட்டு வந்தது...?

தூரத்தில் ஏதோ ரயில்வே ஸ்டேஷன் தென்பட்டது. பெரும்பாலும் சிமிலிகூடாகத்தானிருக்கும். முடிந்தால் அங்கு நின்று டீ குடிக்கவேண்டும்.

பறவைகளின் கூட்டமொன்று எங்கள் தலைக்குமேல் சற்றே உயரத்தில் பறந்து சென்றன. சூரிய அஸ்தமன சமயம் நெருங்கி வருகிறதென்பது தெரிந்தது. நான் அரகத்தைத்தாண்டி நீண்டதூரம் செல்ல வேண்டும். எனது லட்சியத்தையடைவதற்கு இன்னும் எவ்வளவு தூரம் பயணப்படவேண்டுமென்று தெரியவில்லை.

"நன்றாக இருட்டுவதற்குள் அரகம் மலைப்பாதையை அடைந்துவிட வேண்டும்" என்றார்அவர்.

"இடம், காலம், உணர்வு எல்லாமே நன்றாகத்தானிருக்கிறது. வெகு விரைவில் நீங்கள் மனித உருவத்தைப் பெற்று தரையின்மேல் முழுமையாக நடந்துவிடுவீர்கள் என்ற நம்பிக்கை ஏற்படுகிறது எனக்கு" என்றேன் புகழும்விதமாக. அவருடைய பட்சி கண்கள் மிளர்ந்தன. "அதைவிட வேறு என்ன வேண்டும்" என்றார்.

சிமிலிகூடத்தில் நின்று டீ குடித்தேன். அவர் வாழைப்பழங்களை மட்டும் சாப்பிட்டார்.

சிமிலிகூடம் இவ்வழியிலுள்ள எல்லா ஸ்டேஷன்களைக் காட்டிலும் எனக்குப் பிடித்தமான இடம், மிகவும் உயரமான இடத்தில் உள்ள ஸ்டேஷனாக, இந்திய ரயில்வேயில் இந்த ஸ்டேஷனுக்கு முக்கியத்துவம் கொடுக்கப்பட்டிருந்தது. ஆனாலும் அதைவிட எனக்கு பற்றுதலை ஏற்படுத்தும் விஷயம் இந்த ஸ்டேஷனை சூழ்ந்திருக்கும் சுற்றுப்புறச் சூழல்தான்.

இம்மாதிரியான இயற்கையோடு ஒன்றிய இடத்தில், ஒளி வெள்ளத்தில் மேடு பள்ளங்களில், மடிப்புகளில் ஏதோ இனம்புரியாத, வெளிப்படுத்த இயலாத திவ்யத்வம் இருப்பதாகத் தோன்றுகிறது.

இங்கேயுள்ள இயற்கையின் மடியில் முழுமையாக மூழ்கிவிட்டால் தண்டவாளத்தின்மேல் செல்லும் கூட்ஸ் ரயில்கூட என்றோ ஒரு

நாள் காற்றோடு எழும்பி பட்சியாய் மாறி பறந்து சென்றுவிடும் என்று நினைத்தேன்.

செடிக்குச் செடி தாவியபடி பறந்து நிசப்தத்தை கொஞ்சம் கொஞ்சமாகப் பருகிக்கொண்டிருக்கும் குருவிகளைப் பார்க்கையில் கனத்துப்போன மனித வாழ்க்கையை நினைத்து வருத்தம் உண்டாகியது.

"போவோமா... கொஞ்ச நேரத்தில் இருள் சூழ்ந்துவிடலாம்" என்றார் அவர்.

அங்கிருந்து கிளம்புவதற்கு மனம் வரவில்லை. அதற்கென்று தங்கி இருக்கவும் பிடிக்கவில்லை.

"போகலாம் வாருங்கள்" எழுந்தவாறு சொன்னேன்.

கொஞ்சதூரம் நடந்தபின் எதற்காகவோ திரும்பிப் பார்த்தேன்.

"மனிதன் முன்னோக்கிச் சென்று எதைத் தேடிக் கொண்டிருக்கிறான். அவர் திடீரென்று சற்று நின்று ஏனோ தெரியவில்லை, திரும்பிப் பார்த்துக்கொண்டபோது... அந்த இடத்தை அவர் அதற்கு முன்னமேயே கடந்து வந்ததாக இருக்கும்" என்று ஓர் உணர்வு சொன்னது. ஏன் அப்படி நினைக்கச் செய்கிறதோ, தெரியாதுதான்.

பின்னால் சிமிலிகூடம் தென்படவில்லை. இருளை நிறைத்துக்கொண்டு விட்டதால் பார்வைக்குப் புலப்படாமல் போயிருந்தது. "இன்று பௌர்ணமியல்லவா..." ஏதோ நினைவுக்கு வந்தவர்போல கேட்டார்...

"ஆமாம்"

"மறந்தே போய்விட்டேன். அப்படியென்றால் இன்று இரவு முழுவதும் நிலவின் குளுமையில் நனைந்தபடியே இந்தப் பயணத்தை இன்னும் உற்சாகத்துடன் தொடரலாம் என்று சொல்லுங்கள்" என்றேன் குஷியுடன்.

அவரோ, "நான் அரகத்திலேயே நிறுத்திக்கொள்கிறேன். சாதாரணமாக நான் இரவு வேளைகளில் பிரயாணம் செய்வதில்லை. உங்களோடு சேர்ந்து பயணம் செய்வது நன்றாகத்தான் உள்ளது என்றாலும் இப்போதே என் கண்கள் மிகவும் வலி எடுக்கத் தொடங்கிவிட்டதால் இந்த இரவு முழுவதும் அரக்கம் ஊரின் எல்லையில் ஓய்வெடுத்துவிட்டு நாளைக் காலையில் மீண்டும் புறப்பட்டு என் அதிர்ஷ்டத்தை ஆராய்ந்துகொள்ளலாமென நினைக்கிறேன்". "உங்கள் விருப்பம்.

"நீங்கள் எப்படி நினைக்கிறீர்களோ அப்படியே செய்யுங்கள். ஆனாலும் எதற்காக இந்தப் பயணத்தில் உங்கள் அறிமுகம்; திடீரென்று இன்று பௌர்ணமியாக இருப்பது... இவற்றையெல்லாம் எண்ணிப் பார்க்கையில் இன்றைய இரவுதான் இந்தப் பாதையில். நான் கனவில் தேடிக்கொண்டிருக்கும் "அற்புதம்" காணக்கிடைக்கும் என்று தோன்றுகிறது. அதுமட்டுமல்ல... உண்மையிலேயே என் ஒட்டுமொத்த வாழ்க்கையில் மிக மிக முக்கியமான தருணம் இந்த இரவு என்றும் உணர்கிறேன்" என்றேன் மலை முழுவதும் போர்த்திக்கொண்டுவிட்ட இருளைப் பார்த்தவாறு.

அவர் சிந்திக்கத் தொடங்கினார். என்ன நினைத்துக் கொண்டாரோ தெரியவில்லை. சிறிது நேரத்திற்குப்பின், வாருங்கள் நானும் உங்களோடு வருகிறேன். உங்கள் பேச்சைக் கேட்கும்போது இந்த இரவிலேயே நானும்கூட என் லட்சியத்தையடைந்து விடுவேன் என்று நினைக்கிறேன் என்றார். எனக்கு மிகவும் மகிழ்ச்சியாக இருந்தது. அவரும் என்னோடு சேர்ந்து இன்னும் கொஞ்ச தூரம் பயணிக்கப்போவதை நினைத்ததும்.

ஏதோ ஒரு துணை இல்லையென்றால் "இதுதான் சரி!" "இது சரியல்ல" என்று முடிவெடுக்க முடியாமல் இக்கட்டிலிருந்து மீளமுடியாமல், குழம்பித்தவித்த நிலையில் மனிதன் தற்கொலை செய்துகொள்கிறான்போலும். அடையவேண்டிய இடமான அரகத்தை மானசீகமாகப் புறந்தள்ளிவிட்டு அவர் நிம்மதியாக நடக்க (பறக்க) ஆரம்பித்தார். அதுவே எனக்கும் சௌகரியமாக இருந்தது. இதற்கு முன்பிருந்தே நடந்து பழக்கப்பட்டிருந்த அவருடைய நடைவேகத்தோடு நானும் அவருக்கு ஈடுகொடுத்து நடக்க முற்பட்டதால் கொஞ்சம் ஆயாசமாக இருந்தது. இப்போது அதுவும் குறைந்திருந்தது.

எவ்வளவு தூரமாகயிருந்தாலும் சரிதான். இப்படியே பொழுது புலரும் வரை நடப்போம். இந்த நிலவின் வெளிச்சத்தை கிழித்துக்கொண்டே" என்றேன் உணர்வு ததும்பிய குரலில்.

"அப்படியே செய்வோம். இன்றைய இரவின் பயணத்தை நினைக்க நினைக்க எனக்கும்கூட கால் வலியெல்லாம் பறந்துவிட்டது. மறுபடியும் ஓர் உற்சாகம் பிறந்திருக்கிறது" என்றார் உற்சாகத்துடன்.

அரகம் ரயில்வே ஸ்டேஷனை சமீபத்துவிட்டேனென்றாலும் அதனுடைய அந்த இடத்தின் நினைவேயில்லாமல் அந்த ஸ்டேஷனைக் கடந்து நீண்டதூரம் வந்துவிட்டோம். இப்போது "கால" ஸ்டேஷனும் சென்றுவிட்டிருந்தது. நடு இரவு கடந்து

விட்ட விஷயத்தையும் நாங்கள் பொருட்படுத்தவில்லை. இரவு உண்ணவேண்டிய சாப்பாட்டைப் பற்றியும் அக்கறை கொள்ளவில்லை.

பௌர்ணமி நிலவு பால்போல் பொழிந்துகொண்டிருந்தது.

பொழிகின்ற நிலவின் குளுமையில் நனைந்தும், மலைகள், சிகரங்கள் செடி, கொடிகள், இலைகள், வண்ண வண்ண பூச்சிகள், தூரத்திலிருந்து புறப்பட்டு வரும் அடிவானம்... எல்லாமே இந்த இரவின் மந்திர காலத்தில் குளித்துக்கொண்டிருப்பதாய் புலப்பட்டது.

குன்றின் மீது ஒளி வீசிக்கொண்டிருந்த சந்திர கிரணங்களின் சௌந்தர்யத்தைப் பருகியபடியே எவ்வளவு தூரம் நடந்தோமென்று தெரியவில்லை. அவர் இன்னும் அப்படியே இரண்டடி காற்றிலும் இரண்டடி நிலத்திலமாக வந்துகொண்டிருந்தார்.

நீண்ட நேரம் வரை நாங்கள் இருவரும் பேசிக்கொள்வில்லை. சில வண்டுகளின் ரீங்கார சப்தத்திற்கிடையில் அமைதியும் கலந்த நிலையில் எங்கள் இருவருடைய சரீரங்களும் அந்த உயரமான குன்றுகளுக்கிடையேயுள்ள ரயில்பாதையின் நடுவிலேயே நீண்டதூரம் பயணித்தன.

அமைதியை கலைத்தபடி சொன்னார்.

"டூரிஸ்டுகள் எல்லோருமே அரகம் வரை வந்து பார்த்தவிட்டு திரும்பிச் சென்று விடுவார்கள். ஆனால் அரகத்தைத் தாண்டிய பின்னரும் கண்ணைக் கவரும் காட்சிகள் பல இருக்கின்றன. இதுவரை நாம் பார்த்து வந்த பள்ளத்தாக்குகளைவிட மிகப்பெரிய அழகான டன்னெல் இன்னும் சிறிது நேரத்தில் வரப்போகிறது. இதற்கு முன்னர், நாம் கடந்து வந்த சுரங்கங்களைவிட நீளமானவைகள். இந்த நேரத்தில் ரயில்கள் எதுவும் வராமலிருப்பதால் உள்ளே கண்ணங்கரேலென்று இருட்டாக இருக்கும். கவனமாக நடக்க வேண்டும்."

"நம்மிடம் ஒரு தீப்பெட்டிகூட இல்லை."

"பெரிய டன்னெல் என்கிறீர்கள். இதில் நுழைந்து கடந்து வெளிவருவதற்குள் முழுவதுமாய் பொழுது புலர்ந்துவிடாதல்லவா" என்றேன். ஜோக்கடிப்பதுபோல, இருவரும் டன்னெலை சமீபித்திருந்தோம்.

அவர் சிரிக்கவில்லை. "என்னம்மோ யாரால் சொல்ல முடியும்? புலரலாம், இல்லையென்றால் எப்போதைக்குமே புலராமலுமிருக்கலாம். எனக்கு மட்டும் இந்த இரவிலிருந்து

எழும்புகின்ற வாசனையை நுகரும்போது இந்த சுரங்கத்தின் மறுபக்கத்தை அடைவதற்குள் எனது லட்சியம் நிறைவேறப்போகிறதென்றே உணர்கிறேன்" என்றார்.

அவருடைய சொற்களில் ஏதோ ஓர் இயற்கை உண்மையை உறுதியாக வெளிப்படுத்துவதற்கு தயங்குவதுபோலத் தோன்றியது. நானும் பட்சியைப்போல பறப்பதற்குரிய நேரம் வந்துவிட்டதோ என நினைத்தேன். ஒவ்வொரு இரவிலும் கனவில் இந்த வழியில் நான் தேடும் ஆச்சரியம் பெரும்பாலும் இந்த டன்னெல்தானோ என்று என் மனம் கேட்டது.

"ஆனாலும் நாம் மெதுவாக நடந்து செல்வதைவிட, என்ன நடந்தாலும் நடக்கட்டும். வேகமாக இந்த சுரங்கத்திற்குள் ஓடிக்கொண்டே செல்வோம். பொழுது நன்றாக புலர்வதற்கு முன்பே நாம் இந்த டன்னெல் மறுபக்கத்தை அடைந்து விடலாம்" என்றேன் டன்னெலை நன்றாகத் தலையுயர்த்தி பார்த்தபடியே.

வேகமாக ஓடிச்செல்வதால் பறவையைப்போல பறந்து செல்லக்கூடிய வாய்ப்பு சீக்கிரமே வரலாமல்லவா! பறவைகள் சூரிய உதயத்திற்கு முன்பே பயணத்திற்குச் சித்தமாகிவிடும் என்பதால் இந்தக் கால அவகாசத்திற்குள் என் லட்சியத்தை அடைந்துவிடவேண்டுமென்ற தவிப்பு.

"உங்க ஐடியா ரொம்ப நல்லாவே இருக்கிறது. ஆனாலும் இன்னொரு வழியையும் கடைப்பிடிக்கலாம். நாம் இருவருமே ஒரு புதிய ஜன்மத்தை எடுக்க வேண்டுமென நினைக்கிறோம். எனவே... இப்போதுதான் பிறந்த சிசுவைப்போல திறந்த மேனியாய் மாறிவிடுவோம். புதுஜன்மம் எடுப்பதற்கு. உடம்பிலுள்ள ஆடைகளும்கூட தடையாக இருக்கலாம்" என்றார் அவர்.

"நாம் இருவரும் என்று சொல்கிறாரென்றால் என்னுடைய லட்சியத்தையும் புரிந்துகொண்டு விட்டாரா இந்த பட்சிக்கண்காரர்? கண்டுபிடித்தால் கண்டுபிடித்துக்கொள்ளட்டும். இருப்பினும், அவர் சொல்லுவதிலும் உண்மை இருப்பதாகவே புலப்படுகிறது. ஆடையில்லா ஆட்டம்" என்றால் அதுதான் போலும்.

அவர் அப்படிச் சொன்னதும் உடம்பின்மேலுள்ள ஆடைகளெல்லாமே சுமையாய் தோன்றின. கால்சராயையும், சட்டையையும் கழற்றிவிட்டேன்.

பனியனையும் கழற்றி எறிந்தபின் அன்டர்வேர் கழற்றிக்கொண்டிருக்கையில்... அடர்ந்து சூழ்ந்து கிடக்கும் அந்த ஆரண்யத்திற்குள் அன்று, ராத்திரி ஆதிகால மனிதன்

படிப்படியான நாகரீக வளர்ச்சியடைந்து வந்து முன்னேறிய நிலையையெல்லாம் ஒரேயடியாக சிதைத்தெறிந்துவிட்ட உணர்வு ஏற்பட்டது. உடம்பு புல்லரித்து நின்றது.

அந்த மெய்சிலிர்த்த நிலையிலேயே டன்னெலுக்குள் அடியெடுத்து வைத்தேன். அவர் திறந்த மேனியாய் தென்படுவதற்கு சங்கோஜப் பட்டாரோ என்னவோ. சுரங்கத்திற்குள் அடியெடுத்து வைத்ததுமே பரவிக்கிடந்த இருளில் ரயில் தண்டவாளத்தின் மறுபுறத்தில் நின்றிருந்தார். அவர் கழற்றிய ஆடைகள் அவருக்குப்பின்னால் நிலவின் வெளிச்சத்தில் கிடந்தன.

“நண்பரே! இனி அதிக நேரமில்லை. ஓடத்தொடங்குவோம்... மீண்டும் இந்த டன்னெலின் முடிவில் அதிர்ஷ்டத்துடன்... சந்திப்போம் ஆல் தி பெஸ்ட்” என்று சொல்லி என்னுடைய சம்மதத்தை எதிர்பார்க்காமலேயே ஓட ஆரம்பித்தார்.

தனிமையைப் பொருட்படுத்தாமல் பயம் ஏற்படுவதற்கு முன்பே லட்சியத்தை நோக்கி புறப்பட்டுவிடவேண்டுமென நினைத்து, நெஞ்சு திடத்துடன் காற்றை சுவாசித்து, உறுதியுடன் ரயில்தண்டவாளத்தின் இந்தப் பக்கத்தில் ஓட்டமெடுக்க ஆரம்பித்தேன்.

கண்களில் குப்பென கவ்வியது சுரங்கத்தின் இருள். கண்களை மூடிக்கொண்டாலும் திறந்தாலும் ஒரே மாதிரியாகத்தான் இருந்தது கருப்பாக கண்ணங்கரேல் என்று.

அந்தக் கருப்பு நிறத்தைத் துளைத்துக்கொண்டு செல்ல முற்பேட்டேன். எனது ஆடையற்ற உடல், அந்த டன்னெலில் இறுக்கப்பட்டு கிடந்த இருளைக் கத்தியாய் கீறத்தொடங்கியது.

அப்படி ஓடிக்கொண்டே தலையை மட்டும் பின்னால் திருப்பிப் பார்த்தேன். குப்புறக் கிடத்தி வைக்கப்பட் கருப்பு இங்கிலீஷ் ‘யூ’ உருவம். பின்புறமிருந்து நிலா வெளிச்சத்தில் ஒளிர்கின்ற இயற்கை. இன்றைய இரவில் சம்பவிக்கப் போகின்ற எல்லா பரிணாமங்களையும் கண்ணிமை கொட்டாமல் முறையற்று பார்ப்பது போலிருந்தது.

தொப்பென்று கீழே விழுந்தேன். கால்களில் ஏதோ தட்டுப்பட்டதால்... ஆனாலும் அடியேதும் ஏற்படவில்லை.

“கமான். எழுந்து ஓடுங்கள். நீண்ட நேர அவதியில்லை நமக்கு. நீங்கள் கூறியதைப்போல் சூரிய உதயத்திற்கு முன்னரே இந்த டன்னெலை தாண்டிவிடவேண்டாம். இல்லையென்றால் நீங்கள் உங்களுடைய அற்புதத்தை அடைய முடியாது. நானும்

எனது லட்சியத்தை பற்றிட இயலாது. மூவ்... பாஸ்ட்" என்கின்ற அவருடைய பேச்சு சுரங்கத்தில் எதிரொலித்தது.

நான் கீழே விழுந்த விஷயம் அவருக்கு எப்படித் தெரிந்தது? சத்தத்தைக் கேட்டு கிரகித்துக்கொண்டாரா? இல்லையில்லை, பட்க்ஷி கண்களல்லவா, இருளில்கூட தெரிந்ததுபோலும்?

இரண்டு கைகளையும்அழுத்தி ஸ்பிரிங்போல எழுந்து நின்று... பைத்தியம் பிடித்ததுபோல ஓட ஆரம்பித்தேன். வவ்வால்களின் நாற்றம் மூக்கைத் துளைத்தது. எங்கே எந்த ஆறு வருகிறதென்று தெரியாது. எங்கே, எதை தடுக்கி விழப்போகிறேனென்பதும் தெரியாது எதைப் பற்றியும் சிந்திக்காமல் வேகமாக ஓடிக்கொண்டிருப்பது மட்டுமே இப்போது இந்த வாழ்க்கைக்குச் சம்பந்தப்பட்ட முக்கியமான செயல் என்று கருதினேன். வேகத்தின் தீவிரத்தை இன்னும் அதிகமாக்கினேன். இதயம் நிமிடத்திற்கு எத்தனை முறை அடித்துக்கொண்டிருக்கிறதென்பதை அதனாலேயே அறிந்துகொள்ள முடியாத அளவு வேகத்துடன் ஓட்டம் பிடித்துக்கொண்டிருந்தேன்.

"திம்... திம்... திம்... திம்" என சுவாசம்; என்னைச் சுற்றிலும் வியாபித்திருக்கும் காற்றைத் தகர்த்து சிதைத்துக் கொண்டிருந்தது. அப்படி எவ்வளவு தூரம் ஓடினேனென்று தெரியவில்லை. இன்னும் எவ்வளவு தூரம் ஓடவேண்டுமென்பதும் தெரியவில்லை. பறவையைப்போல காற்றில் எகிறிப் பறந்துசெல்லும் காட்சியைத் தவிர என் கண்களுக்கு முன்னால் வேறு ஒன்றுமே தென்படவில்லை.

இதற்குள் ஓர் அற்புதம் நிகழ்ந்தது. இரண்டு கைகளும் என்னையும் மீறி தானாகவே புஜங்கள் வரை மேலே எழும்பத் தொடங்கின. "ஓ...!" என்று கத்தினேன். தாங்கமுடியாத மகிழ்ச்சியுடன் அப்படியே ஓடிக்கொண்டே...

என் சந்தோசத்திற்கு அளவில்லை. என்னுடைய ஆசை வாஞ்சை நிறைவேறப்போகும் தருணம் வந்துவிட்டது. பெரும்பாலும் இன்னும் சற்று நேரத்தில் பறவையாய் மாறி மேலே எழும்பி இந்தச் சுரங்கத்தின் மறுமுனை வழியாக இன்னும் உதிக்காத சூரியனை நோக்கி இறக்கைகளையடித்தவாறு பறந்து செல்லப்போகிறேன்.

அவ்வாறு ஓடியபடியே "மாஸ்டர்! எங்கிருக்கீங்க? எப்படி இருக்கீங்க? உங்க லட்சியம் நிறைவேறிவிட்டதா?" என்று கத்தினேன்.

எந்தவிதமான பதிலும் கேட்கவில்லை. அப்படியென்றால் இந்நேரம் அவர் இந்த டன்னெல் முடியுமிடத்தை

அடைந்திருப்பாரா? மனிதனைப் போன்ற கனமான உருவத்தை ஏற்று முழுவதுமாக பூமியின்மேல் கால்பாதங்களைப் பதித்து நடக்கத் தொடங்கியிருப்பாரா? பின்னே ஏன் பதில் சொல்லவில்லை.

"ஹலோ மாஸ்டர்..." என்று உரக்க அழைத்தபடியே உடம்பிலுள்ள சக்தி முழுவதையும் கால்களில் செலுத்தி ஓட ஆரம்பித்தேன். காலுக்கடியிலுள்ள கரடுமுரடான கற்களெல்லாம் நசுக்கப்பட்டுக்கொண்டிருக்கின்றன.

என்னுடைய காலடி ஒலிக்கு அஞ்சியபடி டன்னெலிருந்த வௌவால்கள் மேல்முகட்டைவிட்டு இங்குமங்குமாக ஆர்ப்பரித்துக்கொண்டிருந்தன. சில என் ஆடையற்ற உடம்பை உரசிக்கொண்டு சென்றன. எரிச்சல்... இருப்பினும் எதையும் பொருட்படுத்தும் நிலையில் நான் இல்லை. ஒரே ஓட்டம்... ஓட்டம்... ஓட்டமே... தான்.

பறவையின் ரெக்கைகளைப்பேல கைகளிரண்டும் தோள்வரை எழும்பியனவே தவிர உடல் இன்னும் இலவம் பஞ்சுபோல மாறவில்லை. அந்த கனம் அப்படியேதான் உள்ளது. இன்னும் இப்படியே ஓடிக்கொண்டிருப்பதால் பலனில்லை என்றே தோன்றியது.

எதுவானாலும் பரவாயில்லை. இன்னும், இன்னும் வேகமாய் இன்னுமொரு பதினைந்திருபதடி தொடர்ந்து ஓடி, அப்படியே காற்றோடு மேலெழும்பி குதித்தால் டன்னெல் முனையை அடைந்துவிடலாமோ... என்று அந்த க்ஷணத்தில் உறுதியுடன் முடிவெடுத்தேன்.

உடம்பிலுள்ள ரத்தத்தையெல்லாம் பாதங்களுக்குள் கொண்டு வந்து நீளமான அடிகளை எடுத்து வைத்து... ஓடி ஓடி... ஏறக்குறைய இருபது அடிகளுக்கும் மேல் சென்றபின் இரண்டு கால்களையும் ஸ்பிரிங்போல்... பலத்துடன்... காற்றில் எழும்பி... பறந்து... முன்பக்கமாகக் குதித்தேன்.

மிகப்பெரிய நீளமான தாண்டல் அது.

அப்படி எழும்பி முன்னால் குதித்ததும், அதுவரை கிடைக்காத தூய்மையான சில்லென்ற காற்று ஜிவ்வென முகத்தில் தாக்கியது, அப்படியென்றால்... ஆமாம்... அப்படி... த்தான்.

நான் டன்னெல் முடிவுறும் இடத்திற்கு வந்துவிட்டேன். பறவையைப்போல சாஸ்வதமாய் பறக்கப்போகின்ற அந்த க்ஷணத்திற்கு வந்துவிட்டிருக்கிறேன்.

அளவற்ற மகிழ்ச்சியுடன் இரண்டு கைகளையும் பறவையைப்போல அசைத்தேன். இன்னும் என் உடல் காற்றிலேயே இருக்கிறது.

அப்படியென்றால் பறவையைப்போல மாறிவிட்டேன் தானே! ஆனந்தப் பரவசத்தில் மறுபடியும் ரெக்கைகளை படபடவென அசைந்தேன். ஏதோ ஒரு வித்தியாசத்தை உணர்ந்தேன். காற்றில் மிதக்கிறேனே தவிர மேலெழும்பி பறப்பதற்குப் பதிலாக கீழ்நோக்கி நழுவிச் செல்கிறேன்.

எனக்குள் ஏதோ சந்தேகம் எழுந்தது. ஒருமுறை என் உடம்பை நோக்கி முழுவதுமாய் பார்த்ததும் எனக்கு நினைவுக்கு வந்தது_ ஆமாம், நான் நீண்டநேரமாகக் கண்களை மூடிக்கொண்டே இருக்கிறேன் என்பது. “டபக்” கென இமைகளைத் திறந்தேன். சடாரென கண்களுக்குப் புலப்பட்டது, பசுமையான ஒளிவெள்ளம்.

“ஓ... அதற்குள் பொழுது புலர்ந்துவிட்டதா?” என்ற நினைத்துக்கொண்டேன் பரவியிருந்த வெளிச்சத்தைக் கண்டதும்.

திடீரென்று வயிற்றைப் பிசைவதுபோல உணர்வு. கண்கள் கிர்ரென சுழன்றன. கைகளை அப்படியே பறவையின் சிறகுகளைப்போல நீட்டி ஒருமுறை என் உடம்பை நோக்கி பார்த்ததும் திடுக்கிட்டேன்!

என் உடம்பின்மேல் ஜீன்ஸ் பேன்ட், டீ சர்ட் இருந்தன. டன்னெல் வருவதற்கு முன்னால் நான் கழற்றிப் போட்டவை. மீண்டும் அவை எப்படி என் உடம்பின் மேல்... வந்தது? உண்மையில் நான் எங்கிருக்கிறேன்? சுற்றிலும் கண்களை சுழலவிட்டேன்.

நானோ மிகப்பெரிய உயரத்திலிருந்து மிகவேமாக சரிந்துகொண்டிருக்கிறேன். என் உடம்பில் எந்த மாற்றமும் ஏற்படவில்லை. அதே கனம், அதைச் சுற்றி போர்த்தியுள்ள அதே மனிதச் சருமம். தோள்களினின்று மேலெழும்பி நின்ற கைகளிலும் எந்தவித வேறுபாடும் தெரியவில்லை. எந்தப் பறவையின் இறக்கைகளும் முளைத்திருக்கவில்லைதான்.

என் உடல் இன்னமும் பள்ளத்தைநோக்கி சறுக்கிக்கொண்டேதான் இருக்கிறது. இன்னும் எத்தனை நேரம் அப்படி சரிந்து கொண்டிருப்பேனென்பது தெரியவில்லை. தரை மட்டும் கண்களின் பார்வையில் தென்படவேயில்லை. கீழே முழுமையாய் பச்சைப் பசேலென்ற நிறம் மட்டுமே தென்படுகிறது.

மொத்தத்தில் என் ஆசைகளெல்லாமே, நிராசையாகிவிட்டன. உண்மையில் நான் பள்ளத்திற்குள் எப்போது குதித்தேன்...?

டன்னெல் என்னவானது...? டன்னெலின் முடிவில் (பள்ளம்) கிடங்கு இருக்கிறதா? தோள்வரையில் உயர்ந்தெழுந்த (கைகள்) றெக்கைகள் எப்படி மாயமாகிவிட்டன? எல்லாவற்றையும்விட முக்கியம் அந்த மனிதர் என்னவானார்?

எனக்கும் முன்னமேயே ஓடத் தொடங்கியிருந்ததால் டன்னெலின் முடிவிலுள்ள இந்தக் கிடங்கிற்குள் சரிந்து கீழே விழுந்திருப்பாரா? இல்லை, எத்தனை குரலெடுத்து கூப்பிட்டபோதும் பதில் சொல்லாமலிருந்ததால்... அந்தச் சுரங்கத்திற்குள் பறக்க இயலாமல், நடக்க முடியாமல் உணர்விழுந்து விழுந்திருப்பாரா அங்கேயே...? அவர் நினைத்ததுபோல மனித உடலில் இணைந்துவிட்டாரா? இல்லை...?

ஏதோ அனுமானம் எனக்குள் எழுந்ததும் முழுவதுமாக தலையை மேலே தூக்கி, நான் சரிந்துகொண்டிருக்கும் பள்ளத்தின் மேல்பாகத்தின் விளிம்பை நோக்கிப் பார்த்தேன்.

தூ... ர... த்... தி... ல் இரண்டு விளிம்புகளும் ஒன்றுபட்டு இணைகின்ற இடத்தில் போடப்பட்ட ரயில் தண்டவாளங்களின் மையத்திலிருந்து, ஒரு பட்க்ஷி ஆகாயத்தை நோக்கிப் பறந்து சென்றுகொண்டிருந்தது.

அவ்வளவு பெரிய நீண்ட கரைகளுடன் கூடிய பள்ளத்தாக்குகளும், பாறைகளும், சுரங்கங்களும் அமைந்துள்ள மிகப்பெரிய ஆரண்யத்தில் பறந்தபடியே ஒரே ஒரு... பட்க்ஷி!

சந்தேகமேயில்லை... அது... அவரே...

“பாவம்... புவர் பூல்” நினைத்தது மனம்.

எனக்குள் கொஞ்சம் கொஞ்சமாக முறைப்படி ஏதோ புரியத் தொடங்கியது. ஆனாலும் ஒரு விஷயம் மட்டும் ஏனோ தெரியவில்லை புரியமாட்டேன் என்கிறது.

●

பெருநாள் பிறை

முதலாம் ஜூம்மா

ரம்ஜான் நிலவுக்காக கோடானுகோடி முஸ்லீம்கள் ஆகாயத்தை நோக்கி அண்ணாந்து பார்த்துக்கொண்டிருக்கிறார்கள். மேக மூட்டம் வியாபித்திருப்பதால் பிறை தெரிந்தும் தெரியாமலும் ஏமாற்றிக்கொண்டிருந்தது. மொஜம்ஜஹி மார்க்கெட்டைச் சுற்றியுள்ள மாடிகளின் மேல் “சாந் கமிஜ்” பயோஸ்கோப்பில் ஆயிரம் கண்கள் ஆகாயத்தை நோக்கிப் பார்த்துக்கொண்டிருக்கின்றன. அபார்ட்மென்ட் மாடியின்மேல் நின்று தில்கிக் நகர் ஆகாயத்தில் சந்திரனைப் பார்த்துக்கொண்டிருக்கின்ற ஹுஸ்ஸேன்சாஹப் சாஹல் அருகில் வந்த அமீர், “அப்பா, அப்பா ஈத் முபாரக், சந்திரன் டில்லியில் தெரிந்ததாம். ரோஜா நாளையிலிருந்தே ஆரம்பம். இப்பதான் டிவி—யில் தெரிவிச்சாங்க” என்றான்.

இருள் சூழ்ந்துவர லேசாக வெண்மை நிறத்துடன் பெரியதாக அரைவட்ட வடிவத்தில் தென்படுகின்ற நிலாவைப் பார்த்ததும் ஏனென்று தெரியவில்லை, தாயின் ஞாபகம் வந்தது ஹுஸ்ஸேன் சாஹுப்பிற்கு.

மகனின் பக்கமாகத் தலையைத் திருப்பி, “அதுசரி. உனக்கு ஒரு சின்ன கதை சொல்றேன் கேள்” என்று சொன்னார்.

“நிலாவும், சூரியனும் பிறந்ததைப் பற்றி எங்க அம்மா, அதான் உங்க பாட்டி சின்னவயசுல எனக்குக் கதை சொல்வாங்க. சூரியனும், சந்திரனும் அண்ணன் தம்பிகளாம். ஒரு சமயம், யாரோ அழைத்ததால் விருந்திற்குச் (தாவத்) சென்றார்களாம்.

சூரியன் மென்மையான மாமிசத்துண்டுகளைத்தான் சாப்பிட்டு விட்டு மீதியிருந்த எலும்புகளை ஜோபில் போட்டுக்கொண்டு வந்துஅம்மாவிடம் கொடுத்தானாம். சந்திரனோ, எலும்புகளைத் தின்றுவிட்டு மிருதுவான மாமிசத்துண்டுகளை முடிந்து கட்டிக்கொண்டு வந்து தாயிடம் தந்தானாம். அதனால்தான் சூரியனை, “தக தகவென கொளுத்தும் வெயிலில், ஜனங்கள் எல்லோரும் திட்டித் தீர்க்கும்படியான வாழ்க்கையைப் பெறுவாயாக” என்று அவங்க அம்மா சாபமிட்டார்களாம். சந்திரனை “குளுமையான ஒளிச்சத்துடன் வலம் வந்து அற்புதமான ஒளியுடன் வாழ்வாயாக மகனே!” என்று வாழ்த்தினாராம்.

“அய்யே, அதெல்லாம் பொய்யா இருக்கலாம். அம்மா எப்பவுமே அப்படியெல்லாம் நினைக்கவே மாட்டாங்க. குழந்தைங்க எல்லோரையும் ஒரே மாதிரி அன்புகாட்டித்தான் வளர்ப்பாங்க. ஒருவேளை யார் மீதாவது அதிகமான பாசம் இருந்தாலும் வெளியே காட்டிக்கொள்ள மாட்டாங்க. வெறுப்பிருந்தாலும் சாபக்கேடான வார்த்தைகளைச் சொல்ல மாட்டாங்க” என்றான் அமீர்.

தந்தை, மகன் என்ற உறவு முறையில் இருந்தாலும் ஹுஸ்ஸேன் சாஹுப் — அமீர் இருவருமே நல்ல நண்பர்களைப் போன்றே பழகுவார்கள். சினிமாவுக்குச் செல்வார்கள், உலவச் செல்வார்கள். கடைத்தெரு போன்ற இடங்களுக்கும் சேர்ந்தே செல்வதுண்டு.

ஷுஸ்ஸேன் சாஹப்பை இந்த தரத்து மனிதர் என்று கூறவே முடியாது. கால வெள்ளத்தில் ஒவ்வொரு மனிதனிடமும் மாற்றம் தோன்றுவது சகஜமானதுதான். அவன் எத்தகைய சூழலில் வாழ்கிறானோ, அதற்கேற்பத்தான் மாற்றங்களும் ஏற்படுகின்றன. இன்னும் சொல்லப்போனால் மனிதன் சூழ்நிலைக்கேற்ப வாழவேண்டிய கட்டாயத்தில் இருக்கிறான்.

இடத்தைப் பொறுத்தே மனிதனின் பழக்கவழக்கங்களும் அமையும் என்பார்கள். எனவேதான் ஹைதராபாத் வந்த இந்த ஐந்து வருடங்களாக, ஹுஸ்ஸேன் சாஹப் ரோஜா (உபவாசனம்) (நோன்பு) இருந்து வருகிறார். கடந்த காலத்தில் ஒருபோதும் இப்படி ஈத் பண்டிக்கைகாக உபவாசம் மேற்கொண்டதில்லை.

அவருக்கு எந்த விஷயத்திலும் கச்சிதமான அபிப்ராயம் இருந்ததில்லை. எந்த விஷயத்திற்கும் வெகு சுலபமாக, உணர்ச்சி வசப்பட்டுவிடுவார். இந்த உபவாச விஷயத்திலும் அப்படியேதான். வெளிப்படையாகச் சொல்லவேண்டுமென்றால் இன்னும் சில காரணங்களும் இருக்கத்தான் செய்கிறது. தன்னோடு தனக்குள் எப்போதுமே இருந்து வருகின்ற அமைதியின்மை, தவிப்பு இரண்டுமே முழுமையாக வெளியேறிவிடும் என்ற ஓர் ஆசை.

ஒரு மாதம் வரை பழைய சதுக்கத்தில் கொண்டாடப்படும் பண்டிகைகளில் சம்பந்தம் வைத்துக்கொள்ளலாம்.

ஹலீம் போன்ற மிக்க சிகரமான தின்பண்டங்களை பலமுறை சாப்பிடலாமென்ற ஆசை, அலுவலகத்தில் வேலைபார்க்கும் முஸ்லீம் சுற்றத்தாரெல்லோரும் உண்ணாநோன்பு மேற்கொண்டிருக்கும்போது அவர்கள் முன்னிலையில் டீ, காபி, சாப்பாடு என்று சாப்பிடமுடியாத முக தாட்க்ஷண்யம், சரீரத்தில் வளர்ந்து வருகின்ற கொழுப்பு, சட்டிப்பானையைக் கவிழ்த்தார் போன்று முன்தள்ளியிருக்கும் வயிறுக்கும் குறைந்தது ஒரு முப்பது நாட்களாவது அடக்கி வைக்கலாமென்ற எண்ணம். இப்படி பல்வேறு காரணங்களை முன்வைத்து அவர் ரோஜா மேற்கொள்கிறார்.

அவர் வாடகைக்கு இருக்கும் அபார்ட்மென்ட் சைதன்யபுரி ராமாலயம் அருகில் இருக்கிறது. அவருடைய ஆபீஸ் அபிட்ஸ்ஸில் உள்ளது. அவர் உத்தியோக நிமித்தம் ஆந்திராவிலிருந்து வந்து ஏறக்குறைய இருபத்தைந்தாண்டுகள் ஆகிவிட்டன. ஹைதராபாத்திற்கு வரும் முன்னாள் வரங்கல், நல்லகொண்டாவில் வேலை செய்தார். பல விஷயங்களில் அப்பாவும் மகனும் ஒரே மாதிரியாக இருப்பார்கள். சில விஷயங்களில் மட்டும் சிறிது மாறுபட்டு இருப்பார்கள். ஷுஸ்ஸேன் சாஹப் பள்ளிவாசல் மனிதரல்ல. நமாஜ் படிக்கும் பழக்கம் இல்லை.

முஸ்லீம் மதத்தில் பிறந்திருப்பதால் முஸ்லீமாக இருக்கிறாரே தவிர அவர் ஒருபோதும் இஸ்லாமை அனுசரித்து வர வேண்டுமென்ற எண்ணம் கொண்டவரல்ல. மேலும் அப்படிப்பட்ட எண்ணமே அவருக்கு வந்ததில்லை. ஏனென்றால் அவரது முன்னோர்களுக்கும் நமாஜ் படிக்கும் பழக்கம் இருந்ததில்லை. அவர்களது ஊரில் மொத்தத்தில் நூறு முஸ்லீம் வீடுகள் இருந்தாலும், யாருக்குமே அந்த மாதிரியான பழக்கவழக்கங்கள் ஏற்படடதில்லை. அவர்கள் அனைவருக்கும் பொழுது விடிந்தது முதற்கொண்டு வயிற்றுக்கு உணவு தேடும் வேலைதான், அவர்களுக்கு "வாழ்வே தொழுகை", "செய்யும் தொழிலே தெய்வம்" என்று வாழ்ந்தவர்கள். ஆனால் அவருடைய மகன் அமீர் மட்டும் அல்லா விஸ்வாசி.

தன்னுடையது இஸ்லாம் மதம் என்று நினைத்துக்கொள்வான். ஆனாலும் மசூதிக்குப் போகமாட்டான். இஸ்லாம் விஷயங்களை நினைக்கமாட்டான். ஏனென்றால் அவர்களது வீட்டிற்கு அருகில் மசூதி இல்லை. உண்மையைச் சொல்ல வேண்டுமெனில் அவர்களது வீட்டின் பக்கத்தில் ராமாலயம் உள்ளது. அவர்களுடைய நண்பர்கள் அக்கம்பக்கத்திலிருப்பவர்கள் எல்லோருமே இந்துக்கள்தான். அவர்கள் சிறுவயதிலிருந்தே அத்தகைய மஹாலில்தான்

வசிக்கிறார்கள். எப்போதாவது சார்மினார் பக்கம் சென்று வந்தால் அமீர் சந்தோசமாகக் காணப்படுவான். அந்தக் கூட்டம் அந்த முஸ்லீம் சூழல், கட்டடங்கள் எல்லாமே அவனுக்குப் பிடிக்கும். ஆனால் அவனுக்கு தனியே செல்லும் பழக்கமில்லை. எங்கு சென்றாலும் அவர்களிருவரும் சேர்ந்தே செல்ல வேண்டும். ஆங்கிலப் படிப்பில் அமீர், பல்வேறு சிந்தனைகளில் மூழ்கி ஹுஸ்ஸேன் சாஹப் என்று இருவருமே பிஸியாக இருப்பார்கள்.

இந்த முறை "ரம்ஜான் ஹைதராபாதை" மகனுக்குக் காட்டவேண்டுமென்று நினைத்தார். அவனுக்கு அது ஒரு அனுபவமாகயிருக்க வேண்டுமென விரும்பினார். அவன் தற்சமயம் அவ்வளவு உற்சாகமாகக் காணப்படவில்லை. குழந்தைகளுடன் பெற்றோர்கள் நெருக்கமாக அன்பும், பரிவும் காட்டி, தினமும் சிறிது நேரமாவது செயல்படவில்லையெனில் அவர்கள் மனநோயாளிகளாகி விடுவார்கள் என்று யாரோ ஒரு மருத்துவர் எழுதிய புத்தகத்தைப் படித்திருக்கிறார். இரண்டாவதாக, குழந்தைகளுக்கு பெற்றோர்கள் தரக்கூடிய நல்ல வெகுமதி என்னவென்றால் நல்லதொரு உணர்வை ஏற்படுத்தக்கூடிய சூழ்நிலையில் அவர்களை ஈடுபடுத்த வேண்டும். ஒரு இணக்கத்தை அவர்களுக்குள் உண்டாக்க வேண்டும் என்பது ஹுஸ்ஸேன் சாஹப்பின் அபிப்ராயம். அதற்குரிய நல்லதொரு சந்தர்ப்பம் ரம்ஜான் பண்டிகை, அது ஒரு மகா அற்புதமான பண்டிகை! மாதம் முழுவதும் கொண்டாடப்படும் விழா.

இரண்டாவது ஜும்மா

ஒரு நாள் சாயங்கால நேரத்தில் இருவரும் பஸ் ஸ்டாண்டில் நின்றிருந்தனர். தில்சுக் நகரில் இருந்தாலே அவர்களது ஊரான ஓங்கோலில் இருப்பது போன்றே தோன்றும். அங்கே பஸ் ஏறி மலக்பேட்டை ரயில்வே ஸ்டேஷனில் இறங்கினார்கள். ஹைதராபாத் சுவர்கம். ஆனால் லோகல் பஸ் பிரயாணம் நரகம்தான். சாதர்காட்டிலிருந்து ஹைதராபாத் சூழல் வேறுபட்டுத்தான் காட்சியளிக்கிறது. கபர்ஸ்தான்கள், சமாதிகள், இளம்பச்சை நிறத்துக் கொடிகள், வளைவுகள், கோபுரங்கள், குடும்பங்கள், பள்ளி வாசல்கள், தாடி, தொப்பிகள், புர்காக்கள் என்று எல்லாவற்றையும் பார்த்துக்கொண்டேயிருந்தால் ஓர் உருது சரித்திரமே கண்முன்னே சினிமா காட்சிகளாய் ஓடிக்கொண்டிருப்பதுபோல் தோன்றும். அதே சமயத்தில் அமீர்பேட்டை, சிகிந்திராபாத் போன்ற இடங்களில், ஒரு மிகப்பெரிய மக்கள் கூட்டத்திற்கிடையே சிக்கிக்கொண்ட மாதிரியான அனுபவம் உண்டாகும்.

சாதர்காட்டைத் தாண்டி ஆஜம்புரா முஸ்லீம் ஹோட்டல் பக்கத்திற்கு வந்திருந்தனர். இவை எல்லாமே மேல்பூச்சு மிளிர்வுகள்தான். ஹைதராபாதின் உண்மையான ஆத்மாவைப் பார்க்க வேண்டுமெனில் இடுக்கு முடுக்கு சந்து பொந்துகளில் அலையவேண்டும். ரம்ஜானின்போது பரபரப்பாக காணப்படுகின்ற முஸ்லீம் மையப்பகுதிகள் பல இருக்கின்றன. அவற்றில் ஆஜம்புரா டபீர்புராவிலுள்ள இக்பால் ஹோட்டல், மதீனா சென்டர், மக்கா, மசூதி போன்றவை மட்டுமே. இந்த மாதத்தைய நான்கு ஜும்மா (வெள்ளிக்கிழமை) சாயங்காலங்களில் அந்தச் சுற்றுப்புறமே ஒருவிதமான பரபரப்புடன் காணப்படும். ஹைதராபாதில் சிறு குழந்தைகள், பெண்கள், முதியோர்கள் எல்லோருமே இந்த நோன்பை கடைப்பிடிப்பார்கள்.

ஐந்து முறை தொழுகை புரிவதோடு பணிவுடன் பற்றுதலுடன் தராவி நமாஜ்களைப் படிப்பார்கள். தராவி நமாஜ் என்பது குரான் முழுவதையும் ஹபீஜேகுரான் பார்க்கமலேயே சொல்வது— முக்பானி — தினந்தோறும் செய்கின்ற ஐந்து முறை தொழுகையில் ஒரு இருபது இந்த தராவிலும் இருபது மற்றதுமாக மொத்தம் சுமார் நாற்பது ஈகாதுகள் படிப்பார்கள். அந்த அடிக்குத் தேகத்திலுள்ள சோம்பேறித்தனம், வலிகள் எல்லாமே மொத்தமாய் வெளியே சென்றுவிடும்.

அஜம்புரா பழக்கடைகளில், மிர்சி பழக்கடைகளின் அருகிலும் ஒருவிதமான கலகலப்புத் தென்படும். உபவாசம் இருப்பவர்கள் அனைவரும் ஏதேதோ வாங்கிக்கொண்டு பொட்டலம் பொட்டலங்களாகக் கைகளில் பிடித்தபடி மசூதியை நோக்கிச் செல்கிறார்கள். அவர்களிருவரும்கூட கர்ஜுரால், தர்பூஸ் துண்டுகள், வெள்ளரிக்காய், வாழைப்பழம், அண்ணாசிப்பழத் துண்டங்கள் போன்றவற்றை வாங்கிக்கொண்டு பள்ளிவாசலை நோக்கி நடந்துகொண்டிருக்கிறார்கள்.

“அப்பா! அங்க பாரு... அந்த கர்ஜுரம் (பேரிச்சம்பழம்) கருத்த நாவற்பழம் பேல எவ்வளவு பளபளன்னு இருக்கு! இங்க பாரு... இந்த கர்ஜுரம் (பேரீச்சம்பழம்) புது புளிளைப்போல சிவந்து செக்கச்செவேல்னு பளிச்சிடுறதை”

பழைய தெருக்களில் மாம்பழங்கள் குவியல் குவியலாகக் குவிக்கப்பட்டும், அந்தப் பழங்களை விற்றுக்கொண்டும் இருக்கிறார்கள்.

“ஏன் அப்பா அந்தப் பழங்களுக்கு முஸ்லீம்களுக்குள் அவ்வளவு கிராக்கி?” அமீர் கேட்டான்.

மகனுடைய கேள்விகளுக்குரிய பதில்களை சொல்வது ஹுஸ்ஸேன் சாஹப் தன்னுடைய கடமையாக நினைத்தார்.

"அரபு நாடுகளில் கர்ஜூரம் அதிகமாக இருக்கிறது. அந்தத் தேசங்களிலிருந்து எத்தனையோ வகைகள் இங்கே இறக்குமதியாகின்றன. மேலும் தேவதூதன் இரண்டு பேரீச்சம் பழங்களோடு ரோஜாவிடுவார்களாம். பிரபஞ்ச வியாபத்திலுள்ள முஸ்லீம்களில் பெரும்பாலானவர்கள் தேவதூதன் வாழ்ந்ததைப்போலவே, வாழ முயற்சிக்கிறார்கள். அவரது மொழி அரபி. எல்லோரும் அரபி மொழியைக் கற்றுக்கொள்கிறார்கள். குரான்கூட அங்குள்ள மொழியே.

அரபியிலிருந்துதான் பிறந்தது. அங்கே ஒட்டகங்கள் அதிகம். ஒட்டக மாமிசம் தின்பதை முஸ்லீம்கள் முக்கியமானதாகக் கருதுவார்கள். அங்கே பார்! அந்த ஒட்டகங்களை! ரம்ஜான் வரைக்கும் அவை பழைய பஸ்தி கால்நடை மந்தையிலேயே அலைந்துகொண்டிருக்கும்" பேசிக்கொண்டே இருவரும் பள்ளிவாசலை அடைந்து விட்டார்கள். பள்ளிவாசலுக்குள் சாப்பாட்டு மேஜைத் துணிகளை விரித்து அவற்றின் மேல் பிளாஸ்டிக் ப்ளேட்டுகளில் அத்தர் வைக்கப்பட்டுள்ளது.

ஜனங்கள் அவற்றின் முன் அமர்ந்து மனதிற்குள்ளேயே ஸ்வரம் படித்துக்கொண்டிருக்கிறார்கள். அவர்கள் கொண்டு வந்ததெல்லாம் அப்படியே இருக்கின்றன. வலது பக்கத்தில் வேகவைத்த தால் (பருப்பு) உள்ளது. அவர்கள் ஆளுக்கு ஒரு ப்ளேட்டை எடுத்துக்கொண்டு, தாங்கள் வாங்கி வந்ததை அதில் வைக்கிறார்கள்.

சிலர் பேப்பர்களை விரித்து அவர்கள் வாங்கி வந்தவற்றை எல்லோரும் எடுத்துக்கொள்ளும் வகையில் வைத்து, எல்லோரும் "ரோஜா கோல்னே கீ துவா" (உபவாசம் விடுதல்) தொழுகை செய்து சாப்பிடுவதற்குச் சித்தமாக பார்த்துக்கொண்டிருக்கிறார்கள். குழந்தைகளாய் எல்லோரும் உற்சாகத்துடன் அவற்றை எடுத்து முன்னால் வைத்துக்கொண்டவாறு இரண்டு கைகளையும் சேர்த்து தொழுகை புரியும்வகையில் அமர்ந்திருக்கிறார்கள்.

இரண்டு ப்ளேட்டுகள் சம்பாதித்துக்கொண்ட குழந்தைகளின் கண்கள் சந்தோசத்தால் மிளிர்கின்றன. ஒவ்வொருவரும் தங்கள் பக்கத்திலுள்ளவர்களின் பிளேட்டில் இல்லாதவற்றைத் தங்களிடமிருந்து அமைதியாக எடுத்து வைக்கிறார்கள். ஒருவருக்கொருவருவர் அன்பாகவும், தாரளமாகவும் நடந்து கொள்கிறார்கள். மசூதி ஸ்தலத்திற்கேயுரிய மஹிமை போலும். அங்கேயிருக்கும் வரை மக்கள் அன்பாகவும், அமைதியாகவும் காணப்படுகிறார்கள்.

பை... என்று ஒலி எழுப்பப்பட்டது. யாரோ மசூதி மனிதர் "பாதெஹா" என்று சத்தமாகச் சொன்னார். எல்லோரும்

நிதானமாக, சப்தமின்றி மெதுவாகச் சாப்பிட ஆரம்பித்து, வரவர கபகபவென வேகவேகமாகச் சாப்பிட்டனர்.

“ரோஜா கோல்னா” பார்க்க வேண்டிய நல்ல நிகழ்ச்சி. சைரன் தந்ததும் அவ்வளவு குறைந்த நேரத்தில் சாப்பிட்டு, அருந்தி, கைகளைக் கழுவிக்கொண்டு ஜமாத்தில் (கூட்டம்) நிற்கவேண்டும்.

ஷுஸ்ஸேன் சாஹப் பார்வை இரண்டு சிறுவர்கள் மீது நிலைத்திருந்தது. அவர்களிருவரும் மிகவும் பரிதாபமாகத் தென்பட்டனர். கைகால்கள் எல்லாம் கருப்பாக எண்ணெய் பிசுக்குடன் காணப்பட்டனர். ஆட்டோ மோட்டார் தொழிற்சாலையில் வேலை செய்யும் மெக்கானிக் சிறுவர்கள் போலும். அவர்களிருவரும் கபகபவென்று தின்றுவிட்டு எச்சில் ப்ளேட்டுகளை காகிதப் பொட்லங்களை பொறுக்கியும், எஞ்சிய பதார்த்தங்களைக் கேட்டுப் பெற்றுக்கொண்டும் ஒரு பெரிய கவரில் போட்டுக்கொண்டிருந்தனர். இதற்குள் வெள்ளாடு தருவதும் எல்லோரும் ஜானி மாஜில் மேல் போவதுமாக நடந்துகொண்டிருக்கிறது. அந்தப் பேதை மெக்கானிக் சிறுவர்கள் பள்ளிவாசலின் பின்புறம் சென்று எதையோ பார்த்துவிட்டு வந்ததும் உற்சாகமின்றி பள்ளிவாசலைவிட்டு வெளியே சென்று விட்டனர்.

ஷுஸ்ஸேன் சாஹப்பிற்கு நமாஜ் படிக்கத் தோன்றவில்லை. அமீருடன் அந்தச் சிறுவர்களின் பின்னால் வெளியேறிவிட்டார். அந்தச் சிறுவர்களிருவரும் ஓர் ஆளரவமற்ற இடத்தைத் தேர்ந்தெடுத்து கவரிலுள்ள பதார்த்தங்களைச் சாப்பிட்டுக்கொண்டிருந்தார்கள்.

அவர்கள் நின்றிருந்த இடத்திற்கருகிலேயே தயிர்வடை விற்றுக்கொண்டிருந்தார்கள். ஹுஸ்ஸேன் சாஹப் அந்த இருவரையும் அருகில் அழைத்து “தஹீகே படே சாப்பிடறீங்களா?” என்று கேட்டார்.

அவர்கள் தயக்கம் காட்டினார்கள். ஹுஸ்ஸேன் சாஹப் வற்புறுத்தி வாங்கித் தந்ததால் வாங்கி சாப்பிடத் தொடங்கினார்கள். அவரும் கூடவே சாப்பிட்டபடியே “உங்க பேரு என்ன? நமாஜ் முடிவதற்குள் வெளியேறிவிட்டீர்களே?” என்று கேட்டார்.

அந்த இருவரில் சிறியவன் உற்சாகத்துடன் முன்னால் வந்து “சாப், என் பெயர் சாந் பாஷா. ஆனால் எங்க அப்பத்தாவுக்கு அழைக்க வராததால் “பாத்ஷா” பேட்டா என்பார்கள். எங்க அண்ணன் பெயர் “ஜஹங்கீர்” இன்னிக்கு மசூதியில் “கானே கீ தாவத்” (விருந்து சாப்பாடு) இருப்பதாக விளம்பரப்படுத்தினாங்களாம். எங்க பாட்டி சொல்லியனுப்புனாங்க. அதனாலதான் வந்தோம். ஆனால் இங்கே அப்படி எதுவுமே நடக்காததால் சலிப்புடன் வெளியே வந்துவிட்டோம். ரொம்ப பசியா இருக்கு” என்றான்.

சாந் பாஷாவின் பேச்சு வெளிப்படையாக இயல்பாக இருந்தது. அவனைப்போலவே.

ஹுஸ்ஸேன் சாஹப்பிற்கு அவர்களை மிகவும் பிடித்து விட்டது. இந்த இரு மெக்கானிக் சிறுவர்களை தன்னோடு அழைத்துக்கொண்டு அமீர் சகிதமாய், ஆட்டோவில் ஏறி பிஸ்தா ஹௌவுஸ் பக்கத்தில் இறங்கினர்.

ஹோட்டல்கள், சாலைகளின் மின் விளக்குகளின் பிரகாசத்தில் மக்கள் கூட்டத்துடன் இயங்கிக்கொண்டிருந்தன. ரம்ஜான் மாதத்தில் பழைய பஸ்தியில் அலைவது ஒரு நல்ல அனுபவம். அங்கேயுள்ள ரம்ஜான் பண்டங்களைத் தின்பது இன்னொரு நல்ல அனுபவம்.

"பிஸ்தா _ ஷலீம்" நான்கு ஆர்டர் தந்தார் ஹுஸ்ஸேன் சாஹப். இளம் ஆட்டின் மாமிசம், கோதுமை, நெய் இன்னும் என்னென்னவோ கலந்து, ஏழெட்டு மணி நேரம் வெண்கல டேக்ஸாக்களில் வேக வைத்து அந்த ஷலீம் தயாராக்குகிறார்கள். களியைப்போல, கஞ்சியைப்போல இருக்கும் அந்த இரான் சமையல். அரபிக் டிஷ்ஷை நால்வரும் மிகவும் விருப்பத்துடன் சுவைத்தனர். டபல்கா மீடா, குர்பானிகா மீடா, பர்னி, சேமியா போன்ற இனிப்பு வகைகளை சின்னச் சின்ன மண்கலயங்களில் விற்கிறார்கள்.

பின்னர் அந்த இரு சிறுவர்களும் தங்களுக்காக இவ்வளவு பணத்தைச் செலவு செய்த ஹுஸ்ஸேன் சாஹப்பை நன்றி கலந்த பார்வையுடன் பார்த்துவிட்டுச் சென்றுவிட்டனர். அப்பாவும் மகனும் அப்ஜல் கஞ்ஜ் வரை நடந்தே வந்தனர். வரும் வழியெல்லாம் ஒரு பெரிய விழாவே நடந்துகொண்டிருக்கிறது போலும். பொம்மை, வாத்து பொம்மை என்று விற்கும் பையனிலிருந்து முத்துக்களை விற்கும் பெரிய வியாபாரி வரைக்கும் தொழிலில் ஈடுபட்டுள்ள ஒவ்வொருவருக்கும் இந்த ஒருமாதம் முழுமையான சீஸன். ஜகாத் செய்யப்பட்ட சேலையிலிருந்து தறி வேலைப்பாடுகள்கொண்ட சேலைகள் வரை விற்கும் ஜவுளிக்கடைகளையும், மனித முகங்களையும் பார்த்துப் பார்த்து பிரமையே பிடித்துவிடும். சாதாரணமாக நம்மால் நடந்துசெல்லவே முடியாது. பெரிய உற்சவம். திருமண விழா நடைபெறுவதுபோல பழைய பஸ்தி முழுவதும் எங்கு பார்த்தாலும் மனிதக் கூட்டமே! எள் தெளிக்கவும் இடமிருக்காது. மணல் தெளித்தாலும் கீழே விழாத அளவிற்கு மக்கள் நெரிசல். ஆப்கல் கஞ்ஜ்ஜில்லிருந்து தில்சுக் நகர் பஸ்ஸில் ஏறினார்கள்.

இந்த உபத்திரவம், கூச்சல் இதையெல்லாம் பார்த்தபின் பழைய பஸ்தியிலிருந்தபடியே இஸ்லாமை நம்பிக்கையுடன் தொழுது

தினமும் இவற்றையெல்லாம் அனுபவித்துக் கொள்ளலாமே என்று தோன்றியது அமீருக்கு. எல்லாவற்றையும் தெரிந்து கொள்ள வேண்டுமென்ற பற்றுதலும், ஆசையும், ஆர்வமும் சற்று கூடுதலாகவே இருந்தது அவனுக்கு.

"அப்பா! ராத்திரி நேரங்கள்ல இவ்வளவு உற்சாகமாக நடமாடி ஷாப்பிங், அது இதுவென்று செய்கிறார்களே பின்னே பகல் நேரத்தை எப்படிக் கழிக்கிறார்கள்? உண்மையிலேயே இவ்வளவு ஆனந்தமாக இந்தப் பண்டிகையை ஏன் கொண்டாடுகிறார்கள்?" என்று கேட்டான்"

ஹுஸ்ஸேன் சாஹப்பிற்கு மகனுக்கு ஏதாவது சொல்லித்தர வேண்டுமென்றாலும், அவனோடு பேசிக்கொண்டே பொழுதை போக்க வேண்டுமென்றாலோ எவ்வளவோ ஆசை, விருப்பமும்கூட, அவனை நோக்கி பரிவுடன் பார்த்தபடியே சொன்னார்.

"ரம்ஜான் மாதத்தில் ஆகாயத்திலிருந்து குரான் கிரந்தம் பூமியின் மீது இறங்கியது. அது மனிதனால் இயற்றப்பட்ட நூல் அல்ல. தெய்வ கிரந்தம். குரான் பூமியின்மேல் அவதரித்த பெருநாள்தான் இந்த ஈத் பண்டிகை. எவ்வளவோ குறைவாகச் சாப்பிட்டு அபரிமிதமாக அல்லாவின் நினைப்பிலேயே இருப்பது ரம்ஜான். பகல் நேரத்தில் பெரும்பாலும் எச்சில்கூட விழுங்கக்கூடாது. சம்பாதித்து வைத்திருக்கும் சொத்து. ஆஸ்தி செல்வங்களிலிருந்து கொஞ்சமாவது தானதர்மங்களைச் செய்வதும், ரம்ஜான் விருந்துகளைப் படைத்தும், ஷீர் குர்மா குடித்தும் ஈத் முபாரக் (வாழ்த்துகள்) தெரிவித்துக் கொள்வதும் ரம்ஜான் அல்ல"

சரியான அறிவும் அன்பும் கலந்து கொடுத்துக்கொண்டு சென்றாலே குழந்தைகள் உண்மையான மனிதர்களாய், மகா சக்திவாய்ந்தவர்களாய் தயாராகிவிடுவார்களென்பது அவரின் நம்பிக்கை.

"இவற்றையெல்லாம் கேட்டுக்கொண்டிருந்தாலே உள்ளுக்குள் ஏதோ சக்தி உருவாவதைப்போலத் தோன்றுகிறது. உண்மையிலேயே பின்பற்றினால், ஜன்னத் லபிக்காதபோதும் மனிதனுக்குள் நல்ல பற்றுதல் உருவாவது போலிருக்கிறதே" என்று "இன்னும் சொல்" என்றான் அமீர் உற்சாகம் நிரம்பிய குரலில்.

ஹுஸ்ஸேன் சாஹப், தனது கடந்த காலச் செய்திகளை ஞாபகத்திற்கு கொண்டுவந்து சொல்லத் தொடங்கினார்.

"இப்போதெல்லாம் மின்சார சங்குகள், அலாரம் கடிகாரங்கள் வந்துவிட்டனவென்றாலும் பழங்காலத்தில் இவை இருந்ததில்லை. இப்போதும் சில குக்கிராமங்களில் சாவல் கோழி கூவுவதையும், மசூதி அஜுல்லும் அவர்களுக்குச் சரியான நேரம் அதிகாலையில்

"கொக்கரக்கோ" என்று சாவல் மூன்றுமுறை கூவும். அதை வைத்தே சமையல்கள், உபவாசம் விடுதல் நடைபெறும்.

என் சின்ன வயதில் எங்க அம்மா, பகீர் எழுப்பும் இசையுடன் எழுதிருப்பாள். லுங்கி, கழுத்தின்மேல் ருமால், தலைக்கு கலப் சுற்றிக் கட்டிக்கொண்டு வாஸ் கோட்டு போட்டுக்கொண்டிருக்கும் பகீர் கைகளில் தப்பட்டு இருக்கும். பகீர்கள் மேலோட்டமாக பார்ப்பதற்கு கம்பீரமாகத் தென்படுவார்களே தவிர உள்ளுக்குள் தரித்திரம் பிடித்தவர்கள். ஒரு பகீர் மட்டுமல்ல மொத்த முஸ்லீம் கம்யூனிடியும், "ஊபர் ஷேர்வானி, அந்தர் பரேசானியேதான்" (மேலே கோட்டும் மிடுக்கும். உள்ளே ஒன்றுமில்லா ஏழ்மை).

தினமும் அவருக்கு அரிசியோ, மாவோ எழுப்பியதற்காகத் தருவாள், பண்டிகை நாட்களில் அதிகமாகவே பணம் தருவாள் அம்மா. இப்படி எல்லாருமே தருவார்கள். தினந்தோறும் யாராவது ஒருத்தர் அவருக்குச் சாப்பாடு போடவேண்டும். ஒரு பகீர் ஒரு ஊர் முழுமைக்கும், ரம்ஜான் காலம் முடியும் வரை அவரே பார்த்துக் கொள்வார்.

ஏதோ கொஞ்சம் முடிந்த மட்டும் சம்பாதித்துக் கொள்வார். "ரம்ஜான் மாத பௌர்ணமியிலிருந்து, ஈத் பெருநாளின் பிறை வரை பகீர்களில், எத்தனையோ ஏழைகள் தண்டமாக சம்பாதித்துக் கொள்வார்கள். ஜகாத், பித்ரா, கைராத் என்று பெயர் எதுவாகயிருந்தால்தான் என்ன, இந்த மாதம் முழுவதும் ஏழைகளெல்லோருக்கும் பணத்திற்குப் பணம், சாப்பாட்டிற்கு சாப்பாடு என்று தானாகவே வந்துவிடும். உபவாச தீட்க்ஷை விடும் சமயத்தில் ஆகாயத்தில் அபாபில்சிடியா பறவை "ச்சீச்சீ" என்றவாறு பறக்கும்.

"சூரியன் மறைந்ததுமே அபாபில் என்ற கருங்குருவி ஆகாயத்தில் ச்சீச்சீ" என்று கூவியவாறு பறந்து செல்லும்.

நிஜாம் காலத்தில் வெள்ளைக்காரன் எழுப்பும் பீரங்கி ஒலி, பத்து கிலோ மீட்டர் தூரம் வரை கேட்கும். அப்போது ரோஜா விடுவார்கள்"

அமீருக்குள் பற்றுதல் கூடிக்கொண்டிருந்தது. "இன்னும் சொல், இன்னும் சொல்" எனறான்.

மகன் சிரத்தையுடன் கேட்டுக்கொண்டிருக்கும்போது விருப்பத்துடன் தனக்குத் தெரிந்த விஷயங்களை சொல்லிக் கொண்டிருப்பது தந்தைக்குப் பழக்கமானதே.

"முஸ்லீம் குடும்பங்களில் இந்த மாதம் முழுக்க தூக்கமே இருக்காது. அதிகாலை மூன்று மணிக்கே எழுந்து விடுவார்கள். சமையல் போன்ற வேலைகளில் ஈடுபட்டு சூர்யோதயத்திற்கு

முன்பே சாப்பிட்டு நியத் செய்து கொள்வார்கள். அதைத்தான் சைரீகர்னா என்பார்கள். இதே விதிமுறை சாயங்காலம் வரைக்கும் நடக்கும். மதியம் மூன்றிலிருந்து மறுபடியும் சமையல் நடக்கும். சூரிய அஸ்தமனத்திற்குப்பின் உபவாச தீட்சைஷயை பழங்களோடு விடுத்து மகரிப் நமாஜ் படிப்பார்கள்.

போஜனம் செய்வார்கள். இப்தரறி தாவத்துகள் அதிகமாக நடைபெற்றுக்கொண்டிருக்கும் (விருந்தோம்பல்) அதன்பின்னர் இஷா நமாஜ் படிப்பர்கள். பிறகு தராவி நமாஜ் படிப்பார்கள். அப்போது நித்திரைகொள்ளத் தொடங்குவார்கள்.

இவ்வாறு நோன்பிருப்பவர்களுடைய அன்றாட பழக்க வழக்கங்கள் நடைபெறும். முறையான கட்டுப்பாடு மனதை வசப்படுத்தி வைத்துக்கொள்ளுதல், ஒழுக்கம் முதலிய நல்ல குணநலன்கள் உண்டாகும். இவ்விதமாக தந்தை எடுத்துரைக்க மகன் கேட்டுக்கொண்டே வர வீட்டையடைந்தார்கள்.

ரம்ஜான் மூன்றாவது வாரம் வந்தது. நோன்பிருப்பவர்கள் கானே கீ தாவத் (சாப்பாட்டிற்காக அழைத்தல்) திற்காக ஆபி1 நண்பர்கள் அழைத்ததன்பேரில், ஹுஸ்ஸேன் சாஹப் மகனோடு சென்றார்.

ஹைதராபாதில் எத்தனை தாவத்துகள் நடக்கிறதென்று கணக்கிட்டுச் சொல்ல முடியாது. வீடுகளில், மசூதிகளில் விருந்தோ விருந்துதான்.

நண்பரின் வீட்டுப்பக்கம் மீண்டும் அந்த மெக்கானிக் சிறுவர்கள் ஹுஸ்ஸேன் சாஹப்பின் கண்களில் தென்பட்டார்கள். அவர்களை அருகில் அழைத்துப் பேசினார். சிறிதுநேரம் அவர்களோடு பேசியதிலிருந்து அவர்களைப் பற்றிய சில விஷயங்கள் தெரிந்துகொள்ள முடிந்தது.

அந்த இரு சிறுவர்களுக்கும் எங்கெல்லாம் சைரி தாவத்துகள் இருக்கின்றன, எங்கெல்லாம் இப்தார் தாவத்துகள் இருக்கின்றன என்பதெல்லாம் தெரியும். அதன்படி காலையிலும், மாலையிலும் ஆஜராகிவிடுகிறார்கள். இந்த விவரங்களையெல்லாம் அவர்களுடைய பாட்டி, தகவல்களைச் சேரித்து, அட்ரஸ்களை சொல்லி இருவரையும் அனுப்பிவைக்கிறாள்.

விருந்து முடிந்ததும் தந்தையும் மகனும் நடந்தபடியே வீட்டிற்குப் புறப்பட்டனர்.

"அப்பா, நீ ஏன் நமாஜ்களையெல்லாம் படிக்காமல் ரோஜா இருக்கே (உபவாசம்) அதுவும் சைரி இல்லாமல் (சூரியோதயத்துக்கு முன்பே சாப்பிட்டுவிடுதல்) உண்மையில் உனக்கு இஸ்லாம், அல்லா என்பதிலெல்லாம் நம்பிக்கை உண்டா, எனக்கு ரோஜா

தினமும் இருக்கவேண்டும்போல் தோன்றுகிறது. நமாஜ்கள் செய்ய வேண்டும்போல் இருக்கிறது. நீ இந்த விஷயங்களிலெல்லாம் மௌனமாக இருக்கிறாய்?” அமீர், அப்பாவை நிற்கவைத்து கேட்பதுபோல கேள்விகளைத் தொடுத்தான்.

மகனின் பக்கமாக ஒருமுறை விட்டேத்தியாகப் பார்த்துவிட்டு ஒரு சிறிய புன்னகையை வெளிப்படுத்தினார். மறுநிமிடம் தனக்குள்தானே முடிவெடுத்தவராய் பதில் கூறத் தொடங்கினார்.

“நான் இவற்றைப் பற்றியெல்லாம் ஆழமாகச் சிந்தித்துப் பார்த்ததில்லை எப்போதும். ஏதோ மேலோட்டமாக மட்டும் சிந்தனை செய்வேன். பிறகு அப்படியே விட்டுவிடுவேன். என் மனதிற்குப் பிடித்தமானதைச் செய்வேன். என்னுடைய சொந்த கருத்திற்கேற்ப முடிவெடுத்து அதை அமல்படுத்துவேனென்று என் நண்பர்களும் சொல்வார்கள். இந்த விஷயத்திலும் அப்படித்தான் நடக்கிறது போலும். அதிகாலையில் எழும் பழக்கமின்மையால் சைரி உபவாசங்களை கடைப்பிடிக்க முடியவில்லை. மதத்தின் மீது நல்ல அபிப்ராயம் இருந்ததில்லை. மதங்களால் எத்தனையெத்தனை கஷ்டங்கள், ஆபத்துகள் விளைகின்றன என்பது என் அபிப்ராயம். அல்லா என்பதில் குருட்டுத்தனமாக நம்பமாட்டேன். மன உறுதியும், லட்சியமும் என்னைப் பெரும்பாலும் நடத்திச் செல்கிறது. மதங்களுக்கும், தெய்வங்களுக்கும் காரண காரியங்களைத் தேடிக்கொண்டிருப்பதும், கேள்விக்கணைகளைத் தொடுப்பதும் கூடவேகூடாது. அதற்காக முற்றிலும் இந்த மதங்களையும், அல்லாவையும் என்னால் விட்டு விலகி நிற்கவும் முடியாமலிருக்கிறேன். எண்ணங்களும் பழக்கவழக்கங்களும் பெரும்பாலும் நம் கைகளுக்குள் கட்டுப்படாமல் போய்விடுகின்றன. ஆன்மீகம், மதங்கள், அவ்வப்போது அல்லா மீது நம்பிக்கை என்னைஅமைதியாக, அறியும் ஆற்றலுமுடையவனாக இருத்தி வைக்கின்றன. அதற்காக அல்லா, ரோஜா, பிரார்த்தனை போன்ற விஷயங்களில் என் அணுகுமுறை எனக்கே சரியானதாகப் படவில்லை.

இனி, உன் விஷயத்திற்கு வந்தால் எனக்குப் பயம் ஏற்படுகிறது. மதத்திற்குள் இருக்கும் ஆன்ம விஷயங்களை நன்றாக சரியாகத் தெரிந்துகொண்டு நம்பிக்கையுடன் கடைப்பிடித்து வந்தால் ஆற்றல்மிக்கவர்களாய் சக்தியுடன் திகழ்வோம். சரியாகப் பயன்படுத்திக் கொள்ளவில்லையென்றால் எப்படியெப்படியோ உருவாகிவிடுவோம். புரிந்துகொள்ளாமை, பற்றின்மை, தொடர்ந்து பின்பற்றாமை, முட்டாள்தனம் போன்றவை நம்மை ஆக்கிரமித்துக் கொள்கின்றன. அதனால்தான் உன்னுடைய

அனுபவங்கள், உன்னுடைய எண்ணங்களுக்கேற்ப நீயே உன் வழியை ஏற்படுத்திக்கொள்ள வேண்டுமென்றுதான் ஒன்றுமே சொல்லாமலிருக்கிறேன்”

அவ்வாறு பேசிக்கொண்டே வீட்டையடைந்த பின்னும்கூட அவரின் பேச்சின் பிரவாஹம் தொடர்ந்துகொண்டிருந்தது. அமீர் சிரத்தையுடன் கேட்டபடியே உட்கார்ந்திருந்தான்.

“என் வாழ்நாளில் நாற்பத்தி மூன்று ரம்ஜான்கள் வந்து விட்டிருக்கின்றன. ஆனாலும் எனக்கு ரம்ஜான் பற்றி சரியாகப் புரிந்துகொள்ள முடியவில்லை. சிறுவயதில் எங்க ஊருக்கு வெளியே மயானத்தையொட்டி இருக்கும் ஈத்காவுக்கு (ஈத் பிரார்த்தனை செய்யுமிடம்) கூட்டங்கூட்டமாக வந்து ஏதோ படித்துவிட்டுச் செல்வார்கள். எனக்குக் கல்யாணமான பிற்பாடு என்னுடைய முதல் ரம்ஜான் உங்க அம்மா பிறந்த ஊரான சூர்யாபேட்டையில் செய்துகொண்டேன். அப்போ நான் புது மாப்பிள்ளை. உன் பெரிய தாய்மாமனுடன் சேர்ந்து ஏதோ ஒரு புளியமரத்தின்கீழ உட்கார்ந்திருந்துவிட்டு நமாஜ் முடிந்ததும் வீட்டிற்கு வந்தோம். வீட்டிலுள்ளவர்களெல்லாம் ஈத்காவுக்கு சென்று வந்தோமென்று நினைத்துக்கொண்டார்கள். உங்க மாமாகூட எனைப்போலவே மசூதி மனிதரல்ல. அந்தப் புதுசுலேயே இன்னொரு ரம்ஜான். உங்க இன்னொரு மாமாவுடன் அங்கங்கே சுற்றியலைந்தபின் நமாஜ் முடியும் நேரத்தில் வீட்டையடைந்தோம். அப்பவும்கூட நாங்க நமாஜுக்குத்தான் போய் வந்ததாக அனைவரும் நினைத்துக்கொண்டனர்.

எங்க ஊர்லன்னு நினைக்கிறேன், வீட்டிலுள்ள பெண் குழந்தைகள் செம்மண் கலந்து நீரை தாம்பாளத்தில் ஏந்தியபடி எங்க முன்னால் வந்து நிற்பாங்க. நாங்க சில்லறைக் காசுகளை “ஈதி” அந்த தாம்பாளத்தில் போடுவோம். ரூபாய் நோட்டுகளாகயிருந்தால் அவர்களுடைய கைகளில் தருவோம். குழந்தைகள் ஒங்கோல் சினிமாவுக்குச் செல்வார்கள். மிகவும் அரிதாக ஒரு மூன்று நான்கு இருக்கலாம், நாங்கள் செய்துகொண்ட ஈத் பண்டிகைகள். ஏனென்றால் நாம் எப்போதுமே இந்துக்களின் மத்தியில்தான் வாழ்கிறோம். இந்த சேமியா பாயாசம் பெரிய அளவில் தயார் செய்வதென்றால் உங்க அம்மாவுக்கு மிகப்பெரிய சர்க்கஸ் மாதிரி. சில சமயங்களில் நன்றாக அமைந்துவிடும். அப்போ அக்கம் பக்கத்திலுள்ளவர்களுக்கு பகிர்ந்துகொள்வோம். நாங்கள் இருவரும் பக்கத்திலுள்ள ஈத்காவுக்குச் சென்றுவருவோம். உங்க சின்ன மாமா ஒவ்வொரு ரம்ஜானுக்கும் தனது இந்து நண்பர்களனைவரையும் அழைத்து ஷூர்குர்மா அருந்தச் செய்து, பிரியாணி சாப்பிடச் செய்வார். நானோ என் நண்பர்களுக்கு ஹோட்டலில் ஷலீம் சாப்பிட வைப்பேன். அப்படி எத்தனையோ

ரம்ஜான் ஞாபகங்களை மகனுடன் பகிர்ந்துகொண்டார். நீண்டநேரம் வரைக்கும்.

கடைசி ஜூம்மா

ரம்ஜான் மாதத்தில் கடைசி வெள்ளிக்கிழமை பிரார்த்தனை (ஜூமாதுவ் விதா)க்காக எண்ணிக்கையிலடங்கா தொழுகை புரிபவர்கள் வந்திருந்தார்கள். மக்கா மசூதிக்குள் இடம் கிடைக்காமையால் சார்மினாரின் முன்னால் நடுரோட்டில் பேப்பர் விரிப்புகள் வாங்கிக்கொண்டு அமர்ந்துகொண்டனர். ஷூஸ்ஸேன் சாஹறப்கள், அமீர்கள், லாட்பஜார், சார்கமான், மதீனா, சாலீபன்டு ரோடுகளெல்லாம் சுத்தமாக கழுவிவிடப்பட்டிருந்தன. அந்தப் பகுதி முழுவதும் அல்லா பக்தர்களுடன் நிரம்பியுள்ளது. மஜ்லீஸ் பார்டிக்கு சம்பந்தப்பட்ட யாரோ முஸ்லீம் தலைவர்கள் குரான் பிரசங்கம் செய்துகொண்டிருந்தார்.

எந்தவிதமான பிரச்சனையும் இல்லாமல் தொழுகை முடித்துக் கொண்டு ஜனங்கள் வீடுகளுக்குச் சென்றதும் பந்தோபஸ்துக்காக நின்றிருந்த போலீஸ்காரர்கள் நிம்மதிப் பெருமூச்சு விட்டனர்.

மக்கா மசூதிக்குள் உபவாச தீட்க்ஷை விடுத்தபின் தந்தையும் மகனும் வீட்டிற்குச் செல்ல நினைத்தனர். சுடீ பஜாரில் கலர் கலரான வளையல்களைப் பார்த்தபடியே முர்கி சௌக்கையடைந்தனர். ஹலால் செய்து, தோலுரித்து குவித்துவைத்திருக்கும் கோழி மாமிசத்தின் கவுச்சி வாசனையும் அப்பகுதியில் காணப்பட்டது.

அமீருக்கு அங்கே சாந்பாஷா தென்பட்டான். சைக்கிள் சக்கரங்களில் காற்றை நிரப்பிக்கொண்டிருந்தான். பம்ப்பை விட சற்று உயராமாகவும், இன்னும் கொஞ்சம் பருமனாகவும் இருக்கிறான். பம்ப் ஹேண்டிலை மேலே இழுத்து காற்றுக்காக எகிறி ஹேன்டில் மேல் குப்புறப்படுத்து வயிற்றால் கீழே நெட்டித் தள்ளுகிறான். அருகிலேயே ஸ்கூட்டர் மெக்கானிக் ஷாப்பில் அவனுடைய அண்ணன் வேலை செய்கிறான். இவர்களிருவரையும் பார்த்ததும் அருகில் வந்து சலாம் செய்தார்கள். தங்கள் வீடு பக்கத்தில்தான் என்று சொல்லி இருவரையும் அழைத்தார்கள்.

மக்கா மசூதிக்குப் பின்புறமுள்ள கரீபு கல்லீயில் படுதா போட்டதுபோல காணப்படுகின்ற ஒரு சிறிய கீற்றுக் கொட்டகையில் வாடகைக்கு இருக்கிறார்கள். அந்தப் பகுதி முழுவதும் ஏழைகளின் குடியிருப்புதான், அவங்க அப்பத்தாவை பரிச்சயம் செய்தார்கள். எலும்புக்கூட்டிற்கு சேலை கட்டியது போலிருந்தது. ஒரு இரண்டு நிமிடங்கள் நின்றுவிட்டு வந்துவிட்டார்கள். திரும்பி மறுபடியும் மக்கா மசூதியையடைந்தார்கள்.

அந்தச் சிறுவர்கள் மசூதி சுவரின் மேலுள்ள “சோர்கா மண்ட்டி” மக்காவிலிருந்து கொண்டு வந்த கருப்புக்கல்லை, காண்பித்தவாறு அவற்றிற்குப் பின்னாலிலுள்ள செய்தியை அமீருக்கு விவரித்துக்கொண்டிருந்தார்கள். மசூதியின் முற்றத்திலுள்ள எண்ணிக்கையற்ற புறாக்களைப் பார்த்தபடியே சாந்பாஷா, ஜஹாங்கீர் பற்றி யோசித்துக்கொண்டிருந்தார் ஷுஸ்ஸேன் சாஹப்.

மசூதிக்கு மேல் ஆகாயத்தில் கருப்பான நிறத்தில் சின்னச் சின்ன பறவைகள் ‘கீச், கீச்’ என்ற சத்தமெழுப்பியவாறு சூரியன் மறைந்த திசையை நோக்கி கூட்டமாகப் பறந்து செல்கின்றன. உபவாசமிருப்பவர்களின் தாக்கத்தால் சோளம் தின்றுகொண்டிருந்த மசூதி புறாக்கள், தங்கள் தங்கள் கூடுகளுக்குள் எகிறி நுழைந்துகொண்டிருக்கின்றன.

மெக்கானிக் சிறுவர்களிருவரும் அன்றைய சாயங்காலம் எந்த தாவத்துக்கும் (விருந்து) போகாமல் இவர்களுடனேயே இருந்துவிட்டார்கள். அவர்களின் பாட்டி மசூதி படிக்கட்டுகளின் அருகில் ஒரு சிறிய பாத்திரத்தில் வேகவைத்த பயிர், தண்ணீர் பாக்கெட்டும் விற்றுக்கொண்டிருக்கிறாள், சில்லறையில்லை என்பவர்களிடம் பிறகு தாருங்கள் என்றபடி, அனபுடன் கைகளில் தருகிறாள்.

மக்கா மசூதியின் முன்புற முற்றத்தில் வரிசையாகவும், கூட்டமாகவும் அமர்ந்திருக்கின்ற நோன்பாளர்களுடன் நிறைந்திருக்கிறது. ஷாப்பிங்கிற்காக வந்த புர்கா பெண்கள், சின்னச்சின்ன குழந்தைகள் போர்வைகளை விரித்து அமர்ந்திருக்கிறார்கள். அவர்களும்கூட அங்கேயே ரோஜா விடுகிறார்கள். அந்த இரண்டு மெக்கானிக் சிறுவர்களும் “பானி ஏக் ரூப்யா, தால் தோ ரூப்யே” (தண்ணீர் ஒரு ரூபாய், பயிறு இரண்டு ரூபாய்) என்று கூவியவாறு உபவாசம் விடுபவர்களின் நடுவில் புகுந்து செல்கிறார்கள்.

மாபெரும் கலைஞனால் வரையப்பட்ட பண்பாட்டின் இணக்கத்தின் நல்லுறவின் ஓவியமாய்த் தென்படுகிறது மக்கா மசூதியின் முன்திடல். சைரன் ஒலி கேட்டதுமே அந்தச் சிறுவர்கள்கூட சுண்டல் பொட்டலங்களையும், தண்ணீர் பொட்டலங்களையும் எடுத்துக்கொண்டு அவர்களோடு அமர்ந்து ரோஜா விடுகிறார்கள்.

நமாஜ் படிக்கும் பழக்கமில்லாவிட்டாலும், தனக்கு நமாஜ் படிக்க வராதபோதும் மக்கா மசூதி பக்கமாக வரும்போதெல்லாம் ஹுஸ்ஸேன் சாஹப் ஜமாத்துடன் சேர்ந்து நமாஜ் படிப்பார். அதேவிதமான அந்தரங்க மகிழ்ச்சியையும் அடைவார்.

நமாஜ் முடிந்ததும் மசூதியின் முற்றத்தில் பண்டிகையை முன்னிட்டு வைக்கப்பட்டிருந்த பழக்கடைகளில் தேவையானவற்றை வாங்கி நால்வரும் சாப்பிட்டனர். சாக்வா, போட்டி கபாப், சீக்கபாப், காலிமிர்சி கோஷ், மச்சிகரம் இன்னும் எத்தனையோ விதமானவை மலிவாக விற்கப்படுகின்றன.

திரும்பிச் செல்லும்போது சிறுவர்களின் அப்பத்தாவிடம் ஐநூறு ரூபாய் கொடுத்துப் பண்டிகை ஆடைகளை வாங்கிக்கொள்ளச் சொன்னார். "குர்தா ஆபீஜ்" என்று ஹுஸ்ஸேன் சாஹப் அவர் ஏதோ சொல்லத் தயங்கியதைக் கண்டு சங்கோஜமில்லாமல் சொல்லச்சொன்னார்.

"பேட்டா, மகனைப் போன்றவன், தவறு என்றால் மன்னித்துவிடு. நான்தான் குழந்தைகளை இப்தாரி தாவத், "கானே கீ தாவத்" என்று எனக்குத் தெரிந்த இடங்களுக்கெல்லாம் அனுப்பி வைக்கிறேன். இந்த மாதம் முழுக்க, வயிறு நிரம்ப குழந்தைகள், நல்ல சத்தான ஆகாரங்களையெல்லாம் சாப்பிட்டார்கள். நிஜமாகச் சொல்ல வேண்டுமென்றால் அந்தக் குழந்தைகளுக்கு வருடம் முழுவதும் ரோஜாதான். இந்த ரம்ஜான் உபவாச நாட்கள்தான் அவர்கட்கு நல்ல சாப்பாடு. அம்மா, அப்பா இல்லாத அனாதைகள். நான் செய்கின்ற பாத்திரம் தேய்க்கும் வீட்டு வேலை, அவங்க வயிற்றை நிரப்பாது. நல்ல துணிகளையும் என்னால் வாங்கித் தர முடியாது. அது மட்டுமில்லாமல், எங்க சாந் வயசுல்ல ஒரு பையன், முந்தாநாள் க்ஷயரோகத்தால் செத்துப் போயிட்டான். நல்ல சாப்பாடு, மாமிசம் போன்றவற்றைத் தின்றிருந்தால் பிழைத்திருப்பானாம். அதனால்தான் "ரோஜாரகயி" ரசம் செய்து எங்கெல்லாம் கிடைக்கின்றதோ அங்கேயெல்லாம் சாப்பிடச் சொல்லி விட்டுவிட்டேன். தவறுன்னா அல்லா என்னை நரகத்துக்கு (தோஜக் அனுப்பினாலும் சித்தமாக இருக்கிறேன். ஆனால் இந்தக் குழந்தைகள் மட்டும் பசியும் பட்டினியுமா வற்றிப்போய் வதங்கிப்போய் ரம்ஜான் மாதத்திலும்கூட சுட்டெரிக்கும் சூரியனைப்போல பசியோடு துடிப்பதை என்னால் பார்த்துக்கொண்டிருக்க முடியாது பேட்டா" என்று கூறி கண்களைத் துடைத்தபடியே நிம்மதியாக அடியெடுத்து வைத்து செல்லத் தொடங்கினாள் அந்த வயதான பெண்மணி.

உபவாசமிருப்பவர்களின் வருகையால் சாயங்காலம் வயிறு நிரம்ப சோளத் தானியங்களை திங்கமுடியாத மசூதி புறாக்கள் இரவு நேரம் என்பதையும் பொருட்படுத்தாமல் இறங்கி வந்து தானியங்களைப் பிறைப்பெருநாளில் கொத்தித் தின்னத் தொடங்கியிருந்தன.

●